ಪಿ. ಎಸ್. ಶ್ರೀಧರನ್ ಪಿಳ್ಳ

ಗಿಳಿಯು ಬಾರದೇ ಇರದು

ಅನುವಾದ: ಮೇರಿ ಜೋಸೆಫ್

ವೀರಲೋಕ

ನಂ.207, 2ನೇ ಮಹಡಿ, 3ನೇ ಮುಖ್ಯರಸ್ತೆ, ಚಾಮರಾಜಪೇಟೆ,
ಬೆಂಗಳೂರು 560018, ಕರ್ನಾಟಕ
70221 22121 । www.veeralokabooks.com
veeralokabooks@gmail.com

GILIYU BAARADE IRADU

A collection of Short Stories

By **P S Sreedharan Pillai**
Governor, Raj Bhavan
Dona Paula Goa-1

Translated By **Mary Joseph**
Bengaluru
marytjoseph@gmail.com

Publisher
VEERALOKA BOOKS PRIVATE LIMITED
207, 2nd Floor, 3rd Main Rd, Chamrajpet, Bengaluru,
Karnataka 560018
Mo: +91 7022122121
Email: veeralokabooks@gmail.com

First Edtion: 2023
Price: 85/-
ISBN: 978-93-94942-89-9
Pages: 72
Copies: 1000
Size: 1/8 Demmy, Paper: 80 GSM NS MAPLITHO

illustration Art
Rajeendrakumar

Cover & Book Design
Purushothama K
purusbdoddi@gmail.com

ಪಿ. ಎಸ್. ಶ್ರೀಧರನ್ ಪಿಳ್ಳ

ಗೋವಾ ರಾಜ್ಯಪಾಲ, ಬರಹಗಾರ, ನ್ಯಾಯವಾದಿಯಾಗಿ ಹೆಸರುಗಳಿಸಿದವರು. ಬರಹದ ನಾನಾ ಪ್ರಕಾರಗಳಲ್ಲಿ ಸಕ್ರಿಯರಾಗಿದ್ದಾರೆ. ಉಪನ್ಯಾಸಗಳು, ಸಂಶೋಧನಾ ಅಧ್ಯಯನಗಳು, ರಾಜಕೀಯ ವಿಶ್ಲೇಷಣೆಗಳು, ಕಾನೂನಿಗೆ ಸಂಬಂಧಿಸಿದ ಲೇಖನಗಳು, ಪ್ರವಾಸ ಕಥನಗಳು, ಕವಿತೆಗಳು ಸೇರಿದಂತೆ 200 ಪುಸ್ತಕಗಳು ಪ್ರಕಟಗೊಂಡಿವೆ. ರಾಜಕೀಯದಲ್ಲಿ ಅವಿರತವಾಗಿ ತೊಡಗಿಸಿಕೊಂಡಾಗಲೂ ನ್ಯಾಯವಾದಿಯಾಗಿಯೂ, ಬಿಕ್ಕಟ್ಟು ಪರಿಹರಿಸುವಲ್ಲಿ ಎಲ್ಲರ ಪ್ರೀತಿಪಾತ್ರರು ಆಗಿದ್ದರು. ಆಲಪ್ಪುಳ ಜಿಲ್ಲೆಯ ವೆಣ್ಮಣಿಯಲ್ಲಿ ಜನಿಸಿರುವ ಇವರು ಮಿಜೋರಾಂ ರಾಜ್ಯಪಾಲರಾಗಿಯೂ ಸೇವೆ ಸಲ್ಲಿಸಿದ್ದಾರೆ.

ಕೇರಳ ಹೈಕೋರ್ಟ್‌ನಲ್ಲಿ ಕೇಂದ್ರ ಸರಕಾರದ ಸೀನಿಯರ್ ಸ್ಟ್ಯಾಂಡಿಂಗ್ ಕೌನ್ಸಿಲರ್ ಆಗಿದ್ದರು (ಅಸಿಸ್ಟೆಂಟ್ ಸಾಲಿಸಿಟರ್ ಜನರಲ್ 2001–2003). ಹಲವು ವಿವಾದಿತ ಪ್ರಕರಣಗಳಲ್ಲಿ ಕೇರಳದ ಎಲ್‌ಡಿಎಫ್–ಯುಡಿಎಫ್ ಸರಕಾರಗಳು ಸ್ಪೆಷಲ್ ಪ್ರಾಸಿಕ್ಯೂಟರ್ ಆಗಿ ಇವರನ್ನು ನೇಮಿಸಿದ್ದವು. ಹೈಕೋರ್ಟ್‌ನಲ್ಲಿ ಸಿಬಿಐ ಪರ ನ್ಯಾಯವಾದಿಯಾಗಿದ್ದರು. ಕೋಯಿಕ್ಕೋಡ್ ಬಾರ್ ಅಸೋಸಿಯೇಷನ್‌ನ ಇತಿಹಾಸದಲ್ಲೇ ಅತ್ಯಂತ ಕಿರಿಯ ಅಧ್ಯಕ್ಷರಾಗಿದ್ದರು (1995). ಪ್ರಮುಖ ಮಾನವ ಹಕ್ಕು ಸಂಸ್ಥೆಯಾದ ವಿಜಿಲ್‌ನ ಸ್ಥಾಪಕರು ಹಾಗೂ ಮುಖ್ಯ ಕಾರ್ಯದರ್ಶಿಯಾಗಿದ್ದರು.

1972ರಲ್ಲಿ ಪಂದಳಂ ಎನ್ಎಸ್ಎಸ್ ಕಾಲೇಜಿನಲ್ಲಿ ದ್ವಿತೀಯ ವರ್ಷದ ಪದವಿ ತರಗತಿಯಲ್ಲಿರುವಾಗ ಜನರಲ್ ಸೀಟ್‌ನಲ್ಲಿ ಮಲಯಾಳ ಸಾಹಿತ್ಯವೇದಿ ಕಾರ್ಯದರ್ಶಿಯಾಗಿ ಚುನಾಯಿತರಾಗಿದ್ದರು. ಅಂದು ಆರಂಭಗೊಂಡ ಅವರ ಸಾಹಿತ್ಯ ತಪಸ್ಸು ಇಂದಿಗೂ ಮುಂದುವರಿಯುತ್ತಿದೆ. ಆರಂಭದಲ್ಲಿ ರಚಿಸಿದ ಬರಹಗಳೆಲ್ಲವೂ ತುರ್ತು ಪರಿಸ್ಥಿತಿಯ ಸಮಯದಲ್ಲಿ ಕಾಣೆಯಾದವು. ಪೊಲೀಸರು ಮನೆ ಮೇಲೆ ದಾಳಿ ನಡೆಸಬಹುದೆಂಬ ಭಯದಿಂದ ಕುಟುಂಬ ಸದಸ್ಯರು ಅವರ ಹಲವು ಬರಹಗಳನ್ನು ಸುಟ್ಟುಹಾಕಿದ್ದರು.

ಕೋಯಿಕ್ಕೋಡ್ ಲಾ ಕಾಲೇಜು ವಿದ್ಯಾರ್ಥಿಯಾಗಿದ್ದಾಗ (1975–76) ಪ್ರಥಮ ವರ್ಷ ಮ್ಯಾಗಜಿನ್ ಎಡಿಟರ್ ಆಗಿ ಆಯ್ಕೆಯಾಗಿದ್ದರು. ಬಳಿಕ ಕಾಲೇಜು ಯೂನಿಯನ್ ವೈಸ್ ಚೇರ್ಮನ್ ಆಗಿದ್ದರು. ತುರ್ತು ಪರಿಸ್ಥಿತಿ ವಿರುದ್ಧ ನಡೆದ ಕಾನೂನು ವಿರೋಧಿ ಪ್ರತಿಭಟನೆಯಲ್ಲಿ ಭಾಗವಹಿಸಿದ್ದರು. ತುರ್ತು ಪರಿಸ್ಥಿತಿ ವಿರುದ್ಧ ಛಾತ್ರ ಸಂಘರ್ಷ ಸಮಿತಿ ಸಂಯೋಜಕರೂ ಆಗಿದ್ದರು. 1977– 79ರ ಕಾಲಘಟ್ಟದಲ್ಲಿ ವಿದ್ಯಾರ್ಥಿ ಪರಿಷತ್ ರಾಜ್ಯ ಮುಖ್ಯ ಕಾರ್ಯದರ್ಶಿಯಾಗಿ ಕಾರ್ಯ ನಿರ್ವಹಿಸಿದ್ದರು. 1984ರಿಂದ ಹತ್ತು ವರ್ಷಗಳ ಕಾಲ ಕೋಯಿಕ್ಕೋಡ್ ವಿಶ್ವವಿದ್ಯಾಲಯದಲ್ಲಿ ಸೆನೆಟ್ ಸದಸ್ಯರಾಗಿದ್ದರು. 1980ರಿಂದ ಬಿಜೆಪಿಯ ಜಿಲ್ಲಾ– ರಾಜ್ಯ– ಕೇಂದ್ರ ಜವಾಬ್ದಾರಿಯನ್ನು ವಹಿಸಿಕೊಂಡಿದ್ದರು. 2003ರಿಂದ 2006ರವರೆಗೆ ಬಳಿಕ 2018ರಲ್ಲಿ ಹೀಗೆ ಎರಡು ಬಾರಿ ಬಿಜೆಪಿ ರಾಜ್ಯಾಧ್ಯಕ್ಷರಾಗಿದ್ದರು. ಕೇಂದ್ರ ನಿರ್ವಾಹಕ ಸಮಿತಿ ಸದಸ್ಯರಾಗಿಯೂ ಕಾರ್ಯನಿರ್ವಹಿಸಿದ್ದರು. ಲಕ್ಷದ್ವೀಪದಲ್ಲಿ ಬಿಜೆಪಿ ಪಕ್ಷದ ಸ್ಥಾಪಕ ಹಾಗೂ ಪ್ರಭಾರಿ ಕೂಡ ಆಗಿದ್ದರು. ಜನ್ಮಭೂಮಿ ಪತ್ರಿಕೆಯ ಮಾಜಿ ಮ್ಯಾನೇಜಿಂಗ್ ಎಡಿಟರ್ ಆಗಿದ್ದರು. ಐದು ದೇಸಿ ಪತ್ರಿಕೆಗಳು ಹಾಗೂ ಎರಡು ಮ್ಯಾಗಜಿನ್‌ಗಳಲ್ಲಿ ಅಂಕಣಕಾರರೂ ಆಗಿದ್ದರು.

2003 ಹಾಗೂ 2018ರ ನಡುವೆ 30 ಪ್ರಶಸ್ತಿಗಳು ಹಾಗೂ ಗೌರವ ಪದವಿಗಳು ಲಭಿಸಿವೆ. ರಾಷ್ಟ್ರಪತಿ, ಪ್ರಧಾನಮಂತ್ರಿ, ಚೀಫ್ ಜಸ್ಟೀಸ್, ಉಪ ಪ್ರಧಾನಮಂತ್ರಿ, ರಾಜ್ಯಪಾಲರುಗಳು, ಕೇರಳ ಮುಖ್ಯಮಂತ್ರಿ, ಕೇಂದ್ರ ಹಾಗೂ ರಾಜ್ಯದ ಸಚಿವರುಗಳು, ಜ್ಞಾನಪೀಠ ಪ್ರಶಸ್ತಿ ಪುರಸ್ಕೃತರು, ಕೇರಳ ಹೈಕೋರ್ಟ್ ಚೀಫ್ ಜಸ್ಟೀಸ್, ಸುಪ್ರೀಂಕೋರ್ಟ್, ಹೈಕೋರ್ಟ್ ಜಡ್ಜ್‌ಗಳು, ಪ್ರಮುಖ ಸಾಹಿತಿಗಳು ಮುಂತಾದವರು ಇವರ ಪುಸ್ತಕಗಳನ್ನು ಬಿಡುಗಡೆಗೊಳಿಸಿದ್ದಾರೆ. 2020 ಫೆಬ್ರುವರಿಯಲ್ಲಿ ರಾಜಸ್ಥಾನದ ಜೆ. ಜೆ. ವಿಶ್ವವಿದ್ಯಾಲಯ ಸಾಹಿತ್ಯ ಕ್ಷೇತ್ರಕ್ಕೆ ಇವರು ನೀಡಿದ ಕೊಡುಗೆಯನ್ನು ಪರಿಗಣಿಸಿ ಡಿ.ಲಿಟ್ ಪದವಿ ನೀಡಿದೆ.

ಪತ್ನಿ: ಅಡ್ವೋಕೇಟ್ ಕೆ. ರೀತಾ

ಅಡ್ವೋಕೇಟ್ ಅರ್ಜುನ್ ಶ್ರೀಧರ್, ಡಾ. ಜಿಪ್ಸಾ ಅರ್ಜುನ್ (ಮಗ, ಸೊಸೆ)

ಡಾ. ಆರ್ಯ ಅರುಣ್, ಅಡ್ವೋಕೇಟ್ ಅರುಣ್ ಕೃಷ್ಣಧನ್ (ಮಗಳು, ಅಳಿಯ)

ವಿಳಾಸ: ರಾಜಭವನ, ಡೋನಾಪೌಲಾ, ಗೋವಾ–1

ಕತೆಗಳು

ಮುನ್ನುಡಿ

ಮಾನವೀಯ ಅಂತಃಕರಣದ ಕಥೆಗಳು

ಮಲಯಾಳಂ ಭಾಷೆಯ ಸೂಕ್ಷ್ಮ ಮತ್ತು ಸಂವೇದನಾಶೀಲ ಕಥೆಗಾರರಾದ ಶ್ರೀಧರನ್ ಪಿಳ್ಳ ಅವರ ಕಥೆಗಳನ್ನು ಹೊಂದಿರುವ ಈ ಸಂಕಲನ ಕಥೆಗಳ ಮಾರ್ದವತೆ, ಸರಳತೆ, ನೇರವಂತಿಕೆ ಮತ್ತು ಪ್ರತಿ ಕಥೆಯೂ ಹೊಮ್ಮಿಸುವ ಮಾನವೀಯ ಅಂತಃಕರಣದಿಂದ ಹೃದಯವನ್ನು ತಟ್ಟುವಂತಿವೆ. ಈ ಕಥೆಗಳಲ್ಲಿ ತೆರೆದುಕೊಳ್ಳುವ ಲೋಕ ಬಹಳ ಸಂಕೀರ್ಣವಾದುದಲ್ಲ. ಸಣ್ಣ ಸಂಗತಿಗಳಿಂದ ಹೆಕ್ಕಿ ತೆಗೆದು ಸಹಜ ಚೆಲುವಿನ ಸೊಬಗು ಮುಕ್ಕಾಗದಂತೆ, ಸರಳವಾಗಿ ನಿರೂಪಿಸಿರುವುದು ಈ ಸಂಕಲನದ ಮುಖ್ಯ ಗುಣ. ಇದ್ದರೂ ತಮ್ಮ ಭಾವಗೀತಾತ್ಮಕ ವಿವರಗಳಿಂದ, ಕಥೆಯ ಕೊನೆಯಲ್ಲಿ ಅಂತರ್ಜಲದಂತೆ ಚಿಮ್ಮುವ ಗುಣದಿಂದಾಗಿ ಮನಸ್ಸನ್ನು ತೇವಗೊಳಿಸುವ ಗುಣವನ್ನು ಹೊಂದಿರುವಂಥವು. ಮನುಷ್ಯಲೋಕದಲ್ಲಿ ಅಡಗಿರುವ ಕೌತುಕತೆ, ನಿಸರ್ಗದ ಚೆಲುವು, ಬದುಕಿನ ಸೌಂದರ್ಯದ ಅರ್ಥವನ್ನು ನವುರಾಗಿ ಬಗೆದು ನೋಡುವ ಕಥನ ಕುಶಲತೆಯಿಂದಾಗಿ ಓದುಗರಲ್ಲಿ ಮೆಚ್ಚುಗೆಯನ್ನು ಮೂಡಿಸಬಲ್ಲಂಥ ಕಥೆಗಳು. ಕಥೆಗಾರರ ಪಕ್ವ ಜೀವನದೃಷ್ಟಿ, ಅನುಕಂಪಪೂರಿತ ನಿಲುವು, ನಮ್ರತೆಗಳು ಕಥೆಗಳ ಓದನ್ನು ಹೃದ್ಯವಾಗಿಸಿವೆ.

'ಗಿಳಿಯೂ ಬಾರದೇ ಇರದು' ಕಥೆಯ ಆಶಾವಾದ, 'ಆತ್ಮದ ನೆರಳು' ಕಥೆಯಲ್ಲಿ ಕಥಾನಾಯಕ ತೋರುವ ಪಕ್ವ ನಿಲುವು, 'ಹೆಣ್ತನ' ಕಥೆಯ ಬೊಮ್ಮಿಯ ಮುಗ್ಧತೆ ಮತ್ತು ವಿಷಾದ, 'ಸಂಧ್ಯಾಕಾಲ' ಕಥೆ ಹೊಮ್ಮಿಸುವ ತೀವ್ರ ಯಾತನೆ ಎಲ್ಲವೂ ಸಮಾಜದೊಳಗಿನಿಂದಲೇ ಒಡಮೂಡಿದಂಥವು. ವಸ್ತು, ಪಾತ್ರ, ನಿರೂಪಣಾ ವಿಧಾನಗಳು ನುರಿತ ಕಥೆಗಾರರ ಪರಿಣತಿಯನ್ನೇ ತೋರುವುದು.

ಕಥೆಗಳನ್ನು ಕನ್ನಡಿಸುವಾಗ ಮೂಲ ಆಶಯ ಮತ್ತು ಶೈಲಿಗೆ ಎಲ್ಲಿಯೂ ಧಕ್ಕೆ ಬಾರದಂತೆ ಮೇರಿ ಜೋಸೆಫ್ ಶ್ರಮ ವಹಿಸಿ ಅನುವಾದ ಮಾಡಿದ್ದಾರೆ. ಕನ್ನಡದ ಕಥೆಗಳು ಎಂದು ಬಿಗಿದಪ್ಪಬಹುದಾದಷ್ಟು ಅನುವಾದದ ಸೊಗಸು ಹಾಗೂ ಗುಣಮಟ್ಟವಿದೆ. ಕನ್ನಡ ಮತ್ತು ಮಲಯಾಳಂ ಭಾಷೆಗಳ ನಡುವಿನ ಕೊಡುಕೊಳೆ ಬಹಳ ಅರ್ಥಪೂರ್ಣವಾಗಿದೆ. ಮೇರಿ ಜೋಸೆಫ್ ಅವರ ಸದ್ಯದ ಅನುವಾದ ಆ ನಂಟು ಇನ್ನಷ್ಟು ಗಟ್ಟಿಯಾಗುವಂತೆ ಮಾಡುವಲ್ಲಿ ಸಫಲವಾಗಿದೆ. ಆ ಮೂಲಕ ಕನ್ನಡ ಓದುಗರು ಹೃದ್ಯ ಕಥೆಗಳನ್ನು ಓದುವಂತಾಗಿದೆ.

– ಕೇಶವ ಮಳಗಿ
ಕಥೆಗಾರರು, ಅನುವಾದಕರು

ಅನುವಾದಕರ ನುಡಿ

ಗಿಳಿಯೊಂದಿಗೆ ಉಭಯ ಕುಶಲೋಪರಿ

ಅನುವಾದ ಪ್ರಕ್ರಿಯೆಯನ್ನು ಒಂದು ಬಾಟಲಿಯಿಂದ ಮತ್ತೊಂದು ಬಾಟಲಿಗೆ ಸುಗಂಧ ದ್ರವ್ಯವೊಂದನ್ನು ವರ್ಗಾಯಿಸುವ ಕೆಲಸಕ್ಕೆ ಹೋಲಿಸಬಹುದು ಎನ್ನುತ್ತಾರೆ ಕಥೆಗಾರ ಚಿದಾನಂದ ಸಾಲಿ. ಅನುವಾದದ ಸುಖ, ಸಂಕಷ್ಟ, ಒದ್ದಾಟಕ್ಕೆ ನಾನು ತುಸು ತಡವಾಗಿ ತೆರೆದುಕೊಂಡೆ. ಪತ್ರಿಕೆಯಲ್ಲೇ ವೃತ್ತಿಜೀವನ ಆರಂಭಿಸಿದ ನಾನು, ಇದುವರೆಗೂ ಪತ್ರಿಕೆಗೆ ಬೇಕಾದ ಲೇಖನ, ಫೀಚರ್, ವ್ಯಕ್ತಿ ಪರಿಚಯ ಹಾಗೂ ಅಂಕಣ ಬರಹಗಳಿಗೆ ಮಾತ್ರ ನನ್ನನ್ನು ಸೀಮಿತಗೊಳಿಸಿಕೊಂಡಿದ್ದೆ. ಅದರಲ್ಲೇ ಖುಷಿಯನ್ನೂ ಕಂಡಿದ್ದೆ.

ಮಲಯಾಳಂ 'ಭಾಷೆ ಚೆನ್ನಾಗಿ ಗೊತ್ತಿದ್ದರೂ ಅಲ್ಲಿನ ಸಾಹಿತ್ಯದ ಯಾವುದೇ ಶಾಖೆಯನ್ನು ಆರಿಸಿಕೊಂಡು ಕನ್ನಡಕ್ಕೆ ಅನುವಾದಿಸುವ ಮೂಲಕ ಅದರ ಸವಿಯನ್ನು ಕನ್ನಡಿಗರಿಗೆ ಉಣಬಡಿಸಲು ಎಂದೂ ಆಸ್ಥೆ ವಹಿಸಿರಲಿಲ್ಲ. 'ಸುಧಾ' ವಾರ ಪತ್ರಿಕೆಯಲ್ಲಿ ಕಾರ್ಯನಿರ್ವಹಿಸಿದ ಸಮಯದಲ್ಲಿ ಅದೆಷ್ಟೋ ಮಲಯಾಳಂನಿಂದ ಕನ್ನಡಕ್ಕೆ ಬಂದಿದ್ದ ಕಥೆಗಳನ್ನು ಓದಿ, ಖುಷಿಪಟ್ಟು ಅದನ್ನು ಪುಟಗಳಲ್ಲಿ ಒಪ್ಪ ಓರಣವಾಗಿ ಜೋಡಿಸಿಟ್ಟಾಗಲೂ, ಕಥೆಯೊಂದನ್ನು ಅನುವಾದ ಮಾಡಬೇಕೆಂಬ ಆಸೆಯಾಗಲಿ, ಹಪಾಹಪಿಯಾಗಲಿ ಬರಲಿಲ್ಲ. ಬಳಿಕ 'ಪ್ರಜಾವಾಣಿ'ಯಲ್ಲಿ, ಆ ಬಳಿಕ 'ವಿಜಯ ಕರ್ನಾಟಕ'ದಲ್ಲಿ ವೃತ್ತಿಜೀವನ ಮುಂದುವರಿಸಿದಾಗಲೂ ಅನುವಾದದೆಡೆಗಿನ ನಿರ್ಲಕ್ಷ್ಯವೇ ಮುಂದುವರಿದಿತ್ತು. ಆದರೂ ಮನದಾಳದಲ್ಲೆಲ್ಲೋ ಅನುವಾದದ ಒಂದು ಸಣ್ಣ ಚಿಗುರು ಮೊಳಕೆಯೊಡೆದದ್ದನ್ನು ಚಿವುಟಲು ಬಿಡದೆ ಜತನದಿಂದ ಕಾಪಾಡಿಕೊಂಡು ಬಂದಿದ್ದೆ.

'ಎಲ್ಲದ್ದಕ್ಕೂ ಕಾಲ ಕೂಡಿಬರಬೇಕು' ಎಂಬ ಮಾತಿನಂತೆ ಸುಮಾರು ಮೂರ್ನಾಲ್ಕು ತಿಂಗಳ ಹಿಂದೆ ಆ ಕಾಲ ಕೂಡಿ ಬಂದಿತು. ನನ್ನ ಆತ್ಮೀಯರಾದ ಜೈಜೋ ಜೋಸೆಫ್, ಗೋವಾ ರಾಜ್ಯಪಾಲ ಪಿ. ಎಸ್. ಶ್ರೀಧರನ್ ಪಿಳ್ಳ ಅವರ 'ತತ್ತ ವರಾತಿರಿಕ್ಕಿಲ್ಲ' ಎಂಬ ಮಲಯಾಳಂ ಕಥಾಸಂಕಲನವನ್ನು ಕೈಗೆ ತಂದಿಟ್ಟು ಅನುವಾದ ಮಾಡಬೇಕು ಎಂದಾಗ ಒಮ್ಮೆ ಹಿಂಜರಿದರೂ, ಪುಟಗಳನ್ನು ತಿರುವಿ ಹಾಕಿ, ಕಣ್ಣಾಡಿಸಿ ನೋಡಿದಾಗ ಮಾಡಬಲ್ಲೆ ಎಂಬ ಆತ್ಮವಿಶ್ವಾಸ ಮೂಡಿತು. ಹಿಂದೆಲ್ಲೋ ಚಿಗುರೊಡೆದಿದ್ದ ಆಸೆಗೆ ನೀರೆರೆದು ಪೋಷಿಸಿದೆ. ಅದೀಗ ಗಿಡವಾಗಿ ಬೆಳೆದು 'ಗಿಳಿಯು ಬಾರದೇ ಇರದು' ಎಂಬ ಅನುವಾದಿತ ಕೃತಿಯಾಗಿ ಹೂಬಿಟ್ಟಿದೆ. ಮೂಲ ಕಥೆಗಳ ಸೌಂದರ್ಯ, ಸವಿ ಸ್ವಲ್ಪವೂ ಮರೆಯಾಗದಂತೆ ಅದ್ದಿ ತೆಗೆದು ಕನ್ನಡಕ್ಕೆ ಅನುವಾದ ಮಾಡಿದ್ದೇನೆ ಎಂಬ ವಿಶ್ವಾಸ

ನನಗಿದೆ. ಇದು ಕೇವಲ ಅಂಬೆಗಾಲು ಮಾತ್ರ. ಇನ್ನೂ ಸವೆಸಬೇಕಾಗಿರುವ ಹಾದಿ ದೀರ್ಘವಾಗಿದೆ.

ಈ ಕಾರ್ಯದಲ್ಲಿ ನನ್ನ ಬೆನ್ನೆಲುಬಾಗಿ ನಿಂತವರು ಹಲವಾರು ಮಂದಿ. ನನ್ನ ಮೇಲೆ ನಂಬಿಕೆ ಇಟ್ಟು ಪುಸ್ತಕ ನೀಡಿದ ಜೈಜೋ ಜೋಸೆಫ್, ಮಲಯಾಳಂ ಭಾಷೆಯ ಕೆಲವು ಕಠಿಣ ಪದಗಳ ಅರ್ಥ ಗೊತ್ತಾಗದೆ ಕಂಗಾಲಾದಾಗ, ಪ್ರೀತಿಯಿಂದ ಅದನ್ನು ಪರಿಹರಿಸಿಕೊಟ್ಟ ಮಲಯಾಳಂ ಕಥೆಗಾರ್ತಿ ಹಾಗೂ ನನ್ನ ಆತ್ಮೀಯರಾದ ಕವಿತಾ ಆಂಟಿ, ಕೆಲವಷ್ಟು ಪದಗಳಿಗೆ ಅರ್ಥ ಹುಡುಕಿಕೊಟ್ಟ ಫಾ. ಜೋಮೋನ್ ಕೋಲಂಚೇರಿ ಸಿಎಂಐ ಅವರಿಗೆ ಹೃದಯಾಂತರಾಳದ ನಮನಗಳು. ಅಂತೆಯೇ ಅನುವಾದದ ವೇಳೆ ಸೂಕ್ತ ಪದಗಳು ಸಿಗದೆ ಹೆಣಗಾಡುತ್ತಿದ್ದಾಗ, ಅದನ್ನು ಪರಿಹರಿಸಿ ಆ ಕೆಲಸವನ್ನು ಸರಾಗವಾಗಿಸಿದ ಆತ್ಮೀಯ ಸಹೋದ್ಯೋಗಿ ಹ.ಚ.ನಟೇಶ್ ಬಾಬು ಹಾಗೂ ಗೆಳತಿ ಮಾಲತಿ ಭಟ್ ಅವರಿಗೂ ತುಂಬು ನಮನಗಳು. ಕಥೆಗಳಿಗೆ ಹೊಂದುವಂತಹ ನೆಲದ ಸೊಗಡಿನ ಪದಗಳನ್ನು ಹೆಕ್ಕಿಕೊಟ್ಟ ಜಾನಪದ ತಜ್ಞ ಟಿ. ಗೋವಿಂದರಾಜು ಅವರಿಗೂ ಧನ್ಯವಾದಗಳು.

ಅಕ್ಕರೆಯಿಂದ ಕಥೆಗಳನ್ನು ಓದಿ, ಮುನ್ನುಡಿ ಬರೆದುಕೊಟ್ಟ ಖ್ಯಾತ ಕಥೆಗಾರ ಕೇಶವ ಮಳಗಿ ಅವರಿಗೂ, ಪುಸ್ತಕ ಕಾರ್ಯದಲ್ಲಿ ನೆರವಾದ ಆತ್ಮೀಯ ಸಹೋದ್ಯೋಗಿ ಕೆ.ವೆಂಕಟೇಶ್ ಅವರಿಗೂ ಧನ್ಯವಾದಗಳು. ನನ್ನ ಈ ಚೊಚ್ಚಲ ಕಾರ್ಯಕ್ಕೆ ನೈತಿಕ ಬೆಂಬಲ ನೀಡಿದ ಶಾರದಾ ಆಂಟಿ, ಪ್ರಕಾಶಕರ ಆಯ್ಕೆಯಲ್ಲಿ ಎದುರಾದ ಸಮಸ್ಯೆಯನ್ನು ಪರಿಹರಿಸಿಕೊಟ್ಟ 'ವಿಜಯ ಕರ್ನಾಟಕ'ದ ಸಂಪಾದಕ ಸುದರ್ಶನ ಚನ್ನಂಗಿಹಳ್ಳಿ, ಪ್ರಕಾಶಕ ವೀರಕಪುತ್ರ ಶ್ರೀನಿವಾಸ್ ಅವರಿಗೂ ನನ್ನ ಅನಂತ ನಮನಗಳು.

ಕೊನೆಯದಾಗಿ ಕಥಾ ಸಂಕಲನವನ್ನು ವಿನ್ಯಾಸಗೊಳಿಸಿದ ಆತ್ಮೀಯ ಪುರುಷೋತ್ತಮ ಕೆ. ಅವರಿಗೂ ನಮನಗಳು.

'ಗಿಳಿಯು ಬಾರದೇ ಇರದು' ಎಂಬ ಅನುವಾದಿತ ಕಥಾ ಸಂಕಲನ ನಿಮ್ಮ ಮುಂದಿದೆ. ನಿಮ್ಮ ಓದಿನ ಪ್ರೀತಿಗೆ ಋಣಿ.

– ಮೇರಿ ಜೋಸೆಫ್

ಅನುವಾದಕರು

marytjoseph@gmail.com

ಮೇರಿ ಜೋಸೆಫ್

'ಜನವಾಹಿನಿ' ದಿನಪತ್ರಿಕೆಯಲ್ಲಿ ಸಬ್ ಎಡಿಟರ್ ಆಗಿ ವೃತ್ತಿ ಬದುಕು ಆರಂಭ. ಬಳಿಕ 'ಸುಧಾ' ವಾರಪತ್ರಿಕೆ ಮತ್ತು 'ಪ್ರಜಾವಾಣಿ'ಯಲ್ಲಿ ಸೀನಿಯರ್ ಸಬ್ ಎಡಿಟರ್ ಆಗಿ ವೃತ್ತಿ ಮುಂದುವರಿಕೆ. ಈಗ 'ವಿಜಯ ಕರ್ನಾಟಕ'ದಲ್ಲಿ ಜೂನಿಯರ್ ಅಸಿಸ್ಟೆಂಟ್ ಎಡಿಟರ್ ಆಗಿ ಕಾರ್ಯನಿರ್ವಹಣೆ.

ಪತ್ರಿಕೆಯ ವಿವಿಧ ವಿಭಾಗಗಳಲ್ಲಿ ಸೇವೆ ಸಲ್ಲಿಸಿದ ಅನುಭವದೊಂದಿಗೆ ಹಲವು ಅತ್ಯುತ್ತಮ ಲೇಖನಗಳನ್ನು ಬರೆದ ಹೆಗ್ಗಳಿಕೆಯೂ ಇದೆ. ಕಳೆದ ಕೆಲವು ವರ್ಷಗಳಿಂದ ವಿಜಯ ಕರ್ನಾಟಕದಲ್ಲಿ 'ಹೃದಯಸ್ಪರ್ಶಿ' ಹೆಸರಿನ ಅಂಕಣ ಬರೆಯುತ್ತಿದ್ದು, ಜಾಗತಿಕ ಆಗುಹೋಗುಗಳು, ರಾಷ್ಟ್ರ, ರಾಜ್ಯದ ವಿದ್ಯಮಾನಗಳು, ಮಹಿಳೆಯರ ವಿಷಯಗಳಿಗೆ ಒತ್ತು ಕೊಡಲಾಗಿದೆ. ಇತ್ತೀಚೆಗೆ ಇದೇ ಅಂಕಣ ಬರಹಕ್ಕೆ ಪ್ರತಿಷ್ಠಿತ ಲಾಡ್ಲಿ ಮೀಡಿಯಾ ಆ್ಯಂಡ್ ಅಡ್ವರ್ಟೈಸಿಂಗ್ ಪ್ರಶಸ್ತಿಯ ಗೌರವ ಕೂಡ ಸಂದಿದೆ.

ಐಸಿಸ್ ಉಗ್ರರು ಯೆಮನ್‌ನಿಂದ ಅಪಹರಿಸಿದ್ದ ಡಾನ್ ಬಾಸ್ಕೋ ಸಭೆಗೆ ಸೇರಿದ ಬೆಂಗಳೂರಿನ ಫಾ. ಟಾಮ್ ಉಳುನ್ನಾಲಿಲ್ ಅವರು 557 ದಿನಗಳ ಬಳಿಕ ಬಿಡುಗಡೆಗೊಂಡು ವ್ಯಾಟಿಕನ್‌ಗೆ ತೆರಳಿದಾಗ ಅವರನ್ನು ಸಂದರ್ಶನಗೈದ ಹೆಗ್ಗಳಿಕೆ. ಕೆನಡಾ ರಚನೆಗೊಂಡು 150 ವರ್ಷಗಳು ಸಂದ ಹಿನ್ನೆಲೆಯಲ್ಲಿ ಕೆನಡಾ ಕಾನ್ಸುಲ್ ಜನರಲ್ ಜೆನ್ನಿಫರ್ ದಾಬಿನಿ ಅವರೊಂದಿಗೆ ಸಂದರ್ಶನ ನಡೆಸಿದ ಹೆಮ್ಮೆ. ಹುತಾತ್ಮರ ದಿನಾಚರಣೆ ಹಿನ್ನೆಲೆಯಲ್ಲಿ ಮಹಾತ್ಮ ಗಾಂಧಿ ಅವರ ಮೊಮ್ಮಗಳು ಸುಮಿತ್ರಾ ಗಾಂಧಿ ಅವರನ್ನು ಸಂದರ್ಶಿಸಿದ ಹಿರಿಮೆ. ಯುದ್ಧ ಪೀಡಿತ ಇರಾನ್‌ನ ನಿರಾಶ್ರಿತರು, ಸಂತ್ರಸ್ತರ ನೆರವಿಗೆ ಶಕ್ತಿಮೀರಿ ಪ್ರಯತ್ನಿಸುತ್ತಿರುವ ಆರ್ಟ್ ಆಫ್ ಲಿವಿಂಗ್‌ನ ಮಧ್ಯಪೂರ್ವ ರಾಷ್ಟದ ಪ್ರೋಗ್ರಾಮ್ ಡೈರೆಕ್ಟರ್ ಮೊವಾಬ್ ಅಲ್ ಶಿಬಾನಿ ಅವರೊಂದಿಗೆ ನಡೆಸಿದ್ದ ಸಂದರ್ಶನ ಎಲ್ಲರ ಗಮನ ಸೆಳೆದಿತ್ತು.

ಕಂಟೆಂಪ್ಲೇಟಿವ್ ಕ್ಲಾಯಿಸ್ಟರ್ಡ್ ಸಿಸ್ಟರ್ಸ್‌ನ ಪ್ರಾರ್ಥನಾಭರಿತ ಬದುಕಿನ ಕುರಿತು 'ಒಳಗೇ ಉಳಿದವರು' ಶೀರ್ಷಿಕೆಯಡಿ ಪ್ರಜಾವಾಣಿಯಲ್ಲಿ ಬರೆದ ಲೇಖನ ಭಾರಿ ಸಂಚಲನ ಉಂಟು ಮಾಡಿತ್ತು.

ಹೃದಯಸ್ಪರ್ಶಿಯಾದ ಫ್ಯಾಂಟಸಿ

ನನಗೆ ಪಿ. ಎಸ್. ಶ್ರೀಧರನ್ ಪಿಳ್ಳ ಅವರ ಪರಿಚಯವಾಗಿ ಹೆಚ್ಚು ಸಮಯವಾಗಿಲ್ಲ. ಆದರೆ ಅವರ ಬಗ್ಗೆ ಹಲವು ವರ್ಷಗಳಿಂದ ಕೇಳುತ್ತಲೇ ಬಂದಿದ್ದೇನೆ. ಭಾರಿ ಬ್ಯುಸಿಯಾಗಿರುವ, ಕಕ್ಷಿದಾರರ ವಿಶ್ವಾಸವನ್ನು ಗಳಿಸಿರುವ ಒಬ್ಬ ನ್ಯಾಯವಾದಿ ಅವರು. ಖ್ಯಾತ ವಾಗ್ಮಿ. ಒಂದು ರಾಷ್ಟ್ರೀಯ ಪಕ್ಷದ ಮುಖಂಡನಾಗಿರುವಾಗಲೂ ಜಾತಿ, ಮತ, ಪಕ್ಷ ಭೇದವೆನ್ನದೆ ಎಲ್ಲರ ಪ್ರೀತಿ ವಿಶ್ವಾಸವನ್ನು ಗಳಿಸಿದ ಒಬ್ಬ ಅಪೂರ್ವ ವ್ಯಕ್ತಿ. ಎಲ್ಲರ ಗೌರವಕ್ಕೆ ಪಾತ್ರನಾದ ಒಬ್ಬ ಆಡಳಿತಗಾರ. ಎಲ್ಲಕ್ಕಿಂತ ಮಿಗಿಲಾಗಿ ಅಷ್ಟೆಲ್ಲ ಒತ್ತಡಗಳ ನಡುವೆಯೂ ವಾಗ್ದೇವಿಯೊಂದಿಗೆ ಸಲ್ಲಾಪ ನಡೆಸಲು ಆಗಾಗ್ಗೆ ಸಮಯ ಮೀಸಲಿಡುವ ಒಬ್ಬ ಸಾಹಿತಿ. ಇದೆಲ್ಲವೂ ಒಳಗೊಂಡಿರುವವರೇ ಪ್ರಸ್ತುತ ಗೋವಾ ರಾಜ್ಯಪಾಲರಾಗಿರುವ ಪಿ. ಎಸ್. ಶ್ರೀಧರನ್ ಪಿಳ್ಳ.

ಶ್ರೀಧರನ್ ಪಿಳ್ಳ ಅವರ 150 ನೇ ಪುಸ್ತಕವೇ "ತತ್ತ ವರಾತಿರಿಕ್ಕಿಲ್ಲ". ಮೊದಲ ಕಥೆಯ ಹೆಸರನ್ನೇ ಕಥಾ ಸಂಕಲನಕ್ಕೂ ಇಡಲಾಗಿದೆ. ಈ ಸಂಕಲನದ ಅತ್ಯುತ್ತಮ ಕಥೆಯೂ ಇದೇ ಆಗಿದೆ. ಇದರಲ್ಲಿ ಬರುವ ಪಂಚವರ್ಣ ಗಿಳಿಯ ಮನೋಹರವಾದ ಚೇಷ್ಟೆಗಳು, ತೊದಲುನುಡಿಗಳು ನನ್ನ ಮನಸ್ಸನ್ನು ಪುಳಕಿತಗೊಳಿಸುತ್ತಿದೆ. ಅತ್ಯಂತ ಹೃದಯಸ್ಪರ್ಶಿಯಾದ ಒಂದು ಫ್ಯಾಂಟಸಿ ಇದೆಂದು ಹೇಳಲು ನನಗೆ ಅಡ್ಡಿಯೇನಿಲ್ಲ. ಮಲಯಾಳಂನಲ್ಲಿ ಉತ್ಕೃಷ್ಟ ಫ್ಯಾಂಟಸಿಗಳು ಹೆಚ್ಚೇನೂ ಇಲ್ಲವೆಂಬುದನ್ನು ನಾವು ನೆನಪಿಸಿಕೊಳ್ಳಬೇಕಿದೆ. ಪರಿಣತಪ್ರಜ್ಞನಾದ ಒಬ್ಬ ಬರಹಗಾರನ ಬರಹಲೋಕದೊಳಗಿನ ಸಂಚಾರ ಇನ್ನೂ ಹೆಚ್ಚೆಚ್ಚು ಸಫಲವಾಗಲಿ ಎಂದು ಪ್ರಾರ್ಥಿಸುತ್ತೇನೆ.

ವಿಶ್ವಾಸಪೂರ್ವಕವಾಗಿ

ಟಿ. ಪದ್ಮನಾಭನ್

ಪ್ರಕಾಶಕರ ನುಡಿ

ವೀರಲೋಕ ಎರಡನೇ ವರ್ಷದ ಸಂಭ್ರಮಕ್ಕೆ ಸಾಕ್ಷಿಯಾಗುತ್ತಿದೆ. ಸಂಭ್ರಮದ ಜೊತೆ ಜೊತೆಗೆ ಜವಾಬ್ದಾರಿಗಳೂ ಬೆನ್ನೇರಿವೆ. ಮೊದ ಮೊದಲು ಅಕ್ಷರ ಲೋಕಕ್ಕೆ ನಮ್ಮ ಬಗ್ಗೆ ಕುತೂಹಲವಿತ್ತು. ನಾವು ಏನು ಮಾಡಬಲ್ಲೆವು, ಏನೆಲ್ಲ ಮಾಡಲಾರೆವು ಎಂಬ ಅಂದಾಜಿತ್ತು. ಈಗ ನಾವು ಮಿತಿಗಳನ್ನು ದಾಟಿಕೊಳ್ಳಬೇಕಿದೆ. ಮತ್ತೆ ಮತ್ತೆ ಅಚ್ಚರಿಯೊಂದಿಗೆ ಓದುಗರ ಎದುರು ನಿಲ್ಲಬೇಕಿದೆ. ಅದು ನಮ್ಮ ಮುಂದಿರುವ ಸದ್ಯದ ಸವಾಲು.

ಕನ್ನಡದಲ್ಲಿ ಅಕ್ಷರ ಕೃಷಿ ಹುಲುಸಾಗಿದೆ. ಕೃತಿಗಳ ಸಂಖ್ಯೆ ಅಚ್ಚರಿ ಎನ್ನುವಷ್ಟು ವೃದ್ಧಿಯಾಗಿದೆ. ಆದರೆ, ಓದುಗರ ಸಂಖ್ಯೆ ಗಮನಿಸಿದಾಗ ಖೇದವಾಗುತ್ತದೆ. ಕೃತಿಗಳು ಹೆಚ್ಚಾದಂತೆ ಓದುಗ ದೊರೆಯ ಮನಸ್ಸೂ ವಿಶಾಲವಾಗಬೇಕಿತ್ತು. ಆದರೆ, ಓದುಗರಿಗೆ ಆಯ್ಕೆಗಳು ಹಲವು. ಪುಸ್ತಕವನ್ನೇ ಕಾದು ಕೂತು ಓದುವ ಕಾಲ ಕ್ಷೀಣಿಸುತ್ತಿದೆ. ಈ ಆತಂಕವನ್ನು ಲೇಖಕ ಮತ್ತು ಪ್ರಕಾಶಕ ಒಟ್ಟಾರೆ ಕೂತು ಬಗೆಹರಿಸಿಕೊಳ್ಳಬೇಕಿದೆ.

ನನ್ನ ಈ ಗ್ರಹಿಕೆ ತಪ್ಪೂ ಇರಬಹುದು. ಆದರೂ, ಈ ಮಾತನ್ನು ಹೇಳಲೇಬೇಕಿದೆ. ಬಹುತೇಕ ಲೇಖಕರು ಕೃತಿಗಳ ಸಂಖ್ಯೆಯ ಕಡೆ ಗಮನ ಹರಿಸುತ್ತಿದ್ದಾರೆಯೇ ವಿನಃ, ತಮ್ಮ ಹಿಂದಿನ ಕೃತಿಗೂ, ಹೊಸ ಕೃತಿಗೂ ನಡುವಿನ ಓದುಗರ ಸಂಖ್ಯಾ ವ್ಯತ್ಯಾಸವನ್ನು ಗಮನಿಸುತ್ತಿಲ್ಲ. ವರ್ಷಕ್ಕೋ, ಎರಡು ವರ್ಷಕ್ಕೋ ಒಂದೊಂದು ಕೃತಿಯನ್ನು ತರುವ ಲೇಖಕರನ್ನು ನಾವು ಕಂಡಿದ್ದೇವೆ. ಅವರ ಕೃತಿಗಾಗಿ ಲಕ್ಷಾಂತರ ಓದುಗರು ಕಾದುಕೊಂಡಿರುತ್ತಿದ್ದರು. ಪುಸ್ತಕ ಬಿಡುಗಡೆಗೆ ಮುನ್ನವೇ ಸಾವಿರಾರು ಪ್ರತಿಗಳಿಗೆ ಮುಂಗಡ ಕಾಯ್ದಿರಿಸುವಿಕೆ ಇರುತ್ತಿತ್ತು. ಇದೀಗ ಅದು ಬದಲಾಗಿದೆ.

ಒಂದೇ ಸಲಕ್ಕೆ ಒಬ್ಬರೇ ಲೇಖಕರ ಒಂದಕ್ಕಿಂತ ಹೆಚ್ಚು ಪುಸ್ತಕಗಳು ಏಕಕಾಲಕ್ಕೆ ಬಿಡುಗಡೆ ಆಗುತ್ತಿರುವುದನ್ನು ಕಾಣುತ್ತಿದ್ದೇವೆ. ಅದು ಲೇಖಕನ ಶಕ್ತಿಯೂ ಆಗಿರಬಹುದು. ಆದರೆ, ಓದುಗರು ಅಷ್ಟೇ ವೇಗದಲ್ಲಿ ಪುಸ್ತಕವನ್ನು ಕೊಳ್ಳುವ ಮತ್ತು ಓದುವ ಆಸಕ್ತಿಯನ್ನು ಹೊಂದಿರಲಾರರು. ಅಂತಹ ಓದುಗರು ಇದ್ದರೂ ಅದು ಬೆರಳೆಣಿಕೆಯಷ್ಟು ಮಾತ್ರ ಇರಬಹುದು. ಈ ರೀತಿ ಪುಸ್ತಕಗಳು ದಂಡಿ ದಂಡಿಯಾಗಿ ಬಂದಾಗ ಓದುಗರು ಕೂಡ ಏಕಕಾಲಕ್ಕೆ ಆಸಕ್ತಿಯನ್ನೇ ಕಳೆದುಕೊಂಡು ಬಿಡುವ ಅಪಾಯ ಹೆಚ್ಚು. 'ಅವರು ಪುಸ್ತಕ ಬರೀತಾನೇ ಇರ್ತಾರೆ. ತಗೊಂಡ್ರಾಯ್ತು ಬಿಡು' ಎಂದು ಆಡಿದ ಮಾತನ್ನು ನಾನೇ ಅನೇಕರಿಂದ ಕೇಳಿದ್ದೇನೆ. ಈ ಅಪಾಯವನ್ನೂ ನಾವು ದಾಟಿಕೊಳ್ಳಬೇಕಿದೆ. ಓದುಗರನ್ನು ಉಳಿಸಿಕೊಳ್ಳುವ ಜರೂರತ್ತು ನಮ್ಮುಂದಿದೆ.

ಓದುಗರನ್ನು ಉಳಿಸಿಕೊಂಡು, ಬೆಳೆಸುವುದಕ್ಕಾಗಿಯೇ ವೀರಲೋಕವು ತನ್ನ ಎರಡನೇ ವರ್ಷದಲ್ಲಿ ಕೆಲವು ಯೋಜನೆಗಳನ್ನು ಹಮ್ಮಿಕೊಂಡಿದೆ. ಸಾಂಪ್ರದಾಯಿಕ

ಶೈಲಿಯ ಪುಸ್ತಕ ಬಿಡುಗಡೆ ಕಾರ್ಯಕ್ರಮಗಳನ್ನು ನವೆಂಬರ್ ನಂತರ ನಿಲ್ಲಿಸುತ್ತಿದ್ದೇವೆ. ಆ ಕೆಲಸವನ್ನು ಶಾಲಾ, ಕಾಲೇಜುಗಳಲ್ಲಿ, ಬೃಹತ್ ಕಾರ್ಪೋರೇಟ್ ಸಂಸ್ಥೆಗಳಲ್ಲಿ ಹಮ್ಮಿಕೊಳ್ಳಲು ಯೋಚಿಸುತ್ತಿದ್ದೇವೆ. ಹೂಗುಚ್ಛದ ಬದಲು 'ಪುಸ್ತಕಗುಚ್ಛ ನೀಡುವ ಕುರಿತಾಗಿ ಒಂದೂವರೆ ವರ್ಷದಿಂದ ನಡೆಸಿದ ಅಧ್ಯಯನ, ಪ್ರಯತ್ನ ಮತ್ತು ಶ್ರಮ ಈಗ ಫಲ ಕೊಟ್ಟಿದೆ. ಪುಸ್ತಕಗುಚ್ಛದ ಪೇಟೆಂಟಿಗೂ ಅಪ್ಲೈ ಮಾಡಿದ್ದೇವೆ. ಕನ್ನಡ ಪುಸ್ತಕಲೋಕದಲ್ಲಿ ಅದೊಂದು ಮಹತ್ತರ ಹೆಜ್ಜೆಯಾಗಲಿದೆ. ಜೊತೆಗೆ ಮುಂದಿನ ವರ್ಷದಿಂದ ಕನ್ನಡದ ಮಹತ್ತರ ಪುಸ್ತಕಗಳನ್ನು ಇಂಗ್ಲಿಷಿಗೆ ಅನುವಾದಿಸುವ, ಇ-ಬುಕ್‌ಗಳನ್ನಾಗಿಸುವ, ಆಡಿಯೋ ಬುಕ್‌ಗಳನ್ನಾಗಿಸುವ ಪ್ರಯತ್ನ ಸದ್ದಿಲ್ಲದೆ ಜಾರಿಯಲ್ಲಿದೆ. ಈ ಎಲ್ಲಕ್ಕಿಂತ ಮುಖ್ಯವಾಗಿ ವೀರಲೋಕ ವೆಬ್ ಸೈಟ್ ನಲ್ಲಿ ಲಕ್ಷಕ್ಕೂ ಹೆಚ್ಚು ಕನ್ನಡದ ಪುಸ್ತಕಗಳು ಒಂದೇ ಕಡೆ ಲಭ್ಯವಿರುವಂತೆ ಮಾಡುವ ಪ್ರಯತ್ನ ಕಳೆದ ಆರು ತಿಂಗಳಿಂದ ಅತ್ಯಂತ ತ್ವರಿತಗತಿಯಲ್ಲಿ ಈಡೇರುತ್ತಿದೆ. ಇದಿಷ್ಟು ವೀರಲೋಕ ಅಪ್ಡೇಟ್ಸ್.

ಈ ಎಲ್ಲಾ ಸಂಗತಿಗಳ ನಡುವೆಯೇ ವೀರಲೋಕದ ಮೊತ್ತಮೊದಲ ಅನುವಾದಿತ ಕೃತಿ 'ಗಿಳಿಯು ಬಾರದೇ ಇರದು' ಪ್ರಕಟವಾಗುತ್ತಿದೆ. ಗೋವಾ ರಾಜ್ಯಪಾಲರಾದ ಪಿ.ಎಸ್.ಶ್ರೀಧರನ್ ಪಿಳ್ಳ ಅವರು ಈ ಕೃತಿಯ ಕರ್ತೃ. ರಾಜಕಾರಣಿಯೊಬ್ಬರು ಇನ್ನೂರರಷ್ಟು ಕೃತಿಗಳನ್ನು ರಚಿಸಿದ್ದಾರೆಂದರೆ ಅವರ ಅಂತಃಕರಣ, ಮಾನವೀಯ ಮೌಲ್ಯಗಳು, ಸ್ವಸ್ಥ ಸಮಾಜದೆಡೆಗಿನ ತುಡಿತವನ್ನು ಅರ್ಥೈಸಿಕೊಳ್ಳಬಹುದು. ಅವರ ಕಥೆಗಳೂ ಅದೇ ಭಾವವನ್ನು ಧ್ವನಿಸುತ್ತಲೇ ಓದಿಸಿಕೊಳ್ಳುತ್ತವೆ. ಮಲಯಾಳಂನ ಈ ಕೃತಿಯನ್ನು ಕನ್ನಡಕ್ಕೆ ಅಷ್ಟೇ ಸೊಗಸಾಗಿ ಅನುವಾದಿಸಿರುವವರು ಅಂಕಣಕಾರ್ತಿ ಮೇರಿ ಜೋಸೆಫ್ ಅವರು. ಅನುವಾದವಲ್ಲದಿದ್ದರೆ ಇವು ಕನ್ನಡದ ಕಥೆಗಳೆಂದೇ ಭಾವಿಸುವಷ್ಟು ನೈಜತೆ ಈ ಕಥೆಗಳಿಗೆ ದಕ್ಕಿದೆ ಎಂಬುದು ಮೇರಿ ಜೋಸೆಫ್ ಅವರ ಕಥನಗಾರಿಕೆಗೆ ಕನ್ನಡಿ. ಅವರಿಗೆ ದಶಕಗಳಿಂದ ಅಕ್ಷರಸಾಂಗತ್ಯವಿದ್ದರೂ ಮೊದಲ ಕೃತಿ ಇದಾಗಿರುವುದು ಅಚ್ಚರಿ ಮತ್ತು ಅಂತಹ ಮೊದಲಿಗೆ ವೀರಲೋಕ ಕಾರಣವಾಗುತ್ತಿರುವುದು ಖುಷಿ.

ಈ ಕೃತಿಯನ್ನು ವೀರಲೋಕ ಪ್ರಕಟಿಸುತ್ತಿರುವುದಕ್ಕೆ ವಿಜಯ ಕರ್ನಾಟಕ ಪತ್ರಿಕೆಯ ಸಂಪಾದಕರೂ, ನನ್ನ ಅನುಗಾಲದ ಹಿತೈಷಿಗಳೂ ಆದ ಸುದರ್ಶನ ಚನ್ನಂಗಿಹಳ್ಳಿ ಅವರೇ ಮೂಲ ಕಾರಣ. ಅವರು ವೀರಲೋಕ ಮತ್ತು ನನ್ನ ಮೇಲಿಟ್ಟ ನಂಬಿಕೆ ದೊಡ್ಡದು. ಜೊತೆಗೆ ಜೈಜೋ ಜೋಸೆಫ್, ಪುರುಷೋತ್ತಮ ಕೆ. ಅವರಿಗೂ ನನ್ನ ಮನದಾಳದ ಧನ್ಯವಾದಗಳು. ನನ್ನ ಸಹೋದ್ಯೋಗಿಗಳಾದ ಆನಂದ್‌ರಾಜ್, ಅನಂತ್ ಕುಣಿಗಲ್, ರಾಜುವಿಷ್ಣು, ವಿಶ್ವಜಿತ್ ಹೆಗಡೆ, ವಿಷ್ಣುಗೋವಿಂದ್, ಮಮತಾ, ಪಾರ್ವತಿ, ರಾಘವ್ ಅವರಿಗೂ ಧನ್ಯವಾದಗಳು.

ಓದಿನ ನಶೆ ನಿಮಗೇರಲಿ...

ನಿಮ್ಮ

ವೀರಕಪುತ್ರ ಶ್ರೀನಿವಾಸ

ಸ್ಮರಣೆಗಳ ಗಿಳಿಗಳು

"A Short Story is a love affair, a Novel is a marriage"

ಆಹ್ಲಾದಕರವಾದ ಈ ವೀಕ್ಷಣೆ ಸಣ್ಣ ಕಥೆಯ ಭಾವ ತೀವ್ರತೆಯ ಕುರಿತಾದ ನೆನಪಿಸುವಿಕೆಯೂ ಹೌದು. ಪ್ರತಿಯೊಬ್ಬರ ಬದುಕಿನಲ್ಲಿಯೂ ಒಂದು ಅಥವಾ ಅದಕ್ಕಿಂತ ಹೆಚ್ಚು ಕಥೆಗಳಿರುತ್ತವೆ. ಕಥೆಗಳು ರೂಪುಗೊಳ್ಳಲು ಅಗತ್ಯವಾದ ಮಾಗಿದ ವೈವಿಧ್ಯಮಯ ಅನುಭವಗಳೂ ಇರುತ್ತವೆ. ಆದರೆ ಅನುಭವಗಳೆಲ್ಲವೂ ಸಣ್ಣ ಕಥೆಗಳಾಗಬೇಕೆಂದಿಲ್ಲ. ಆದರೆ ನಿರೀಕ್ಷೆಗಳು ಹಾಗೂ ಭಾವನೆಗಳು ಸಮನ್ವಯಗೊಳ್ಳುವಾಗ ಕಥೆಗಳು ಜನಿಸುತ್ತವೆ. ಸುತ್ತಮುತ್ತ ಕಾಣಿಸುವ ಸಾಧಾರಣ ಸಂದರ್ಭಗಳಿಗೆ ಅಸಾಧಾರಣ ಭಾವಗಳು ಸೃಷ್ಟಿಯಾಗುವಾಗ, ನಾವು ಹೇಳಲು ಬಾಕಿ ಇಟ್ಟಿರುವುದನ್ನು ಬೇರೆಯವರು ಅವರ ಮಾತಿನ ಮೂಲಕ ಪೂರ್ತಿಗೊಳಿಸುವಾಗ, ಅದು ತನ್ನ ಅನುಭವ ಕೂಡ ಎಂಬ ಭಾವನೆ ತೀವ್ರಗೊಳ್ಳುವಾಗ, ಆ ಒಳಗೊಳ್ಳುವಿಕೆಯ ಎಲ್ಲೋ ಒಂದೆಡೆ ಕಥೆ ಸಫಲತೆಯನ್ನು ಕಾಣುತ್ತದೆ. ಕಥೆಗಳಂತೆಯೇ ಕಥೆಗಳ ಕುರಿತಾದ ಲೆಕ್ಕವಿಲ್ಲದಷ್ಟು ನಿರ್ವಚನಗಳೂ ಇವೆ. ಅಸಂಖ್ಯವಾದ ಜೀವನದ ಮುಹೂರ್ತಗಳಲ್ಲಿ ಒಂದು ಬಂದು ಮುಟ್ಟುವಾಗ

ಕೆಲವು ಬಾರಿಯಾದರೂ ಕಣ್ಣುಗಳು ಮುಚ್ಚಲ್ಪಡುತ್ತವೆ. ಆದ್ರತೆ ತುಂಬಿಸಿಕೊಂಡು ಕಥೆ ಲಾವಣ್ಯಮಯವಾಗುತ್ತದೆ.

'ತತ್ತ ವರಾತಿರಿಕ್ಕಿಲ್ಲ' ಎಂಬ ಪಿ. ಎಸ್. ಶ್ರೀಧರನ್ ಪಿಳ್ಳ ಅವರ ಕಥಾ ಸಂಕಲನದ ಮೂಲಕ ಸಾಗುವಾಗ ಏಕಾಂತದ ನೋವು, ಅನುಕಂಪ, ಹೃದಯ ಸಂಬಂಧಗಳ ಅಳಲುಗಳು ಮುಂತಾದವುಗಳು ಅನುಭವವೇದ್ಯವಾಗುತ್ತದೆ. ಗೋವಾದ ರಾಜಭವನದ ಟಾರಸಿಗೆ ಒಂದು ಸಂಜೆ ಹಾರಿ ಬಂದ ಗಿಳಿಯ ಉತ್ಸಾಹ, ಕೊಕ್ಕಿನಿಂದ ಉಜ್ಜುವ ಮೂಲಕ ದೊರಕುವ ಸಾಂತ್ವನ ಕಥೆಗಾರನನ್ನು ಸ್ವಂತ ಬಾಲ್ಯಕ್ಕೆ ಕರೆದುಕೊಂಡು ಹೋಗುತ್ತದೆ. ಪಡಸಾಲೆಯ ಹಳೆಯ ಮರದ ಕುರ್ಚಿಯಲ್ಲಿ ಮಲಗಿದ ಒಬ್ಬ ಚಿಕ್ಕ ಬಾಲಕನಾಗಿ ಕಥೆಗಾರ ರೂಪಾಂತರಗೊಳ್ಳುತ್ತಾನೆ. ಹಾರಿ ಬಂದ ಗಿಳಿಯಂತೂ "ಮಗು, ಸಂಜೆಯ ವೇಳೆ ಹೀಗೆ ಪಡಸಾಲೆಯಲ್ಲಿ ಕುಳಿತು ನಿದ್ರಿಸುವುದು ಸರಿಯೇ?" ಎಂಬ ಪ್ರಶ್ನೆಯೊಂದಿಗೆ ಮಗುವನ್ನು ತಟ್ಟಿ ಎಬ್ಬಿಸುವ ಅಜ್ಜಿಯಾಗಿ ಕೂಡಲೇ ಮಾರ್ಪಾಡು ಹೊಂದುತ್ತದೆ.

"ಆಗ ದಿಗಂತದಲ್ಲಿ ಅತ್ಯಂತ ಮನೋಹರವಾದ ಕಾಮನಬಿಲ್ಲು ಪ್ರತ್ಯಕ್ಷಗೊಂಡು ಅದರ ಗಾಢಬಣ್ಣದಲ್ಲಿ ಸಂಜೆಯ ಕೆಂಬಣ್ಣ ತಿಳಿಯಾಗಿ ಸಮುದ್ರದಲ್ಲಿ ಪ್ರತಿಬಿಂಬವನ್ನು ಸೃಷ್ಟಿಸುತ್ತದೆ. ಅದನ್ನು ನೋಡುತ್ತಿರುವಂತೆ ಕಾಮನಬಿಲ್ಲಿನಿಂದ ಸಣ್ಣ ತುಂಡೊಂದು ಆಕಾಶದಿಂದ ದಡಕ್ಕೆ ಬೀಳುತ್ತದೆ. ಅದೊಂದು ಪಂಚವರ್ಣ ಗಿಳಿಯಾಗಿತ್ತು. ಅದು ಸಮುದ್ರವನ್ನು ದಾಟಿ ಹಿಂದೆಂದೋ ಕಂಡು ಮರೆಯಾದ ಸುಪರಿಚಿತವಾದ ಜಾಗದೆಡೆಗೆ ಹಾರಿತು. ಭತ್ತದ ಗದ್ದೆಗಳು, ತೆಂಗಿನ ತೋಟಗಳು, ಗಾಢ ಹಸಿರಿನ ಅಡಕೆ ತೋಟಗಳು, ಸ್ವಚ್ಛ ನೀರಿನ ತೋಡುಗಳನ್ನು ದಾಟಿ ಅದು ಹಿರಿಯರು ವಾಸಿಸುತ್ತಿದ್ದ ಮನೆಯ ಮುಂದೆ ಹಾರಿ ಬಂದು ನಿಂತಿತು. ಕೂಡಲೇ ಗಿಳಿಯು ಅಪ್ರತ್ಯಕ್ಷವಾಗಿ ಅಲ್ಲೊಂದು ಪ್ರಬುದ್ಧ ಅಜ್ಜಿ ಕಾಣಿಸಿಕೊಳ್ಳುತ್ತಾರೆ. ಸ್ವಲ್ಪ ಸಮಯ ಆ ಮನೆಯ ಅಂಗಳದಲ್ಲಿ ಹಿಂಜರಿಕೆಯಿಂದ ನಿಂತ ಬಳಿಕ ಅಜ್ಜಿ ನಿಧಾನವಾಗಿ ಪಡಸಾಲೆಯನ್ನು ಪ್ರವೇಶಿಸುತ್ತಾಳೆ. ಆಗ ಸಂಜೆಯಾಗಿತ್ತು. ರಕ್ತದ ಬಣ್ಣದ ಸಂಜೆಯ ಪ್ರಕಾಶ ಹಾಗೂ ನಿಶಬ್ದ ಅಲ್ಲೆಲ್ಲ ಮನೆಮಾಡಿತ್ತು. ಪಡಸಾಲೆಯ ಹಳೆಯ ಮರದ ಕುರ್ಚಿಯಲ್ಲಿ ಒಬ್ಬ ಬಾಲಕ ನಿದ್ರಿಸುತ್ತಿದ್ದ. ಅಜ್ಜಿ ಸ್ವಲ್ಪ ಸಮಯ ಆ ಬಾಲಕನನ್ನು ಪ್ರೀತಿಯಿಂದ ನೋಡುತ್ತಾ ನಿಂತುಕೊಳ್ಳುತ್ತಾರೆ. "ಏನು ಮಗು, ಹೀಗೆ ಸಂಜೆಯ ಸಮಯದಲ್ಲಿ ಪಡಸಾಲೆಯಲ್ಲಿ ಕುಳಿತು ನಿದ್ರಿಸುತ್ತಿರುವುದು ಸರಿಯೇ? ಲಕ್ಷ್ಮೀಕಟಾಕ್ಷ ಹರಿದು ಬರುವ ಸಮಯವಿದು. ಬೇಗ ಹೋಗಿ ಕೈ, ಕಾಲು ತೊಳೆದು ದೇವರ ನಾಮವನ್ನು ಜಪಿಸು. ಅವರು ಬಾಲಕನ ತೋಳನ್ನು ತಟ್ಟಿ ಎಬ್ಬಿಸಿ ಪ್ರೀತಿಯಿಂದ ಗದರಿದರು. ಕಣ್ಣು ತೆರೆದ ಬಾಲಕ ಎದ್ದೇಳದೆ ಉದಾಸೀನನಾಗಿ ಹಾಗೆಯೇ ಮಲಗಿದ..."

ಎಲ್ಲಿಂದಲೋ ಹಾರಿಬಂದ ಗಿಳಿಯೊಂದು ಹಾಗೆ ದಾರಿತಪ್ಪಿ ಬಂದದ್ದಲ್ಲವೆಂದು ಓದುಗನಿಗೆ ಅರ್ಥವಾಗುತ್ತದೆ. ಬಾಲ್ಯದ ಒಂದು ಸುಂದರ ನೆನಪಾದ ಅಜ್ಜಿ ಯಾರ ಮನಸ್ಸಿಗೆ ತಾನೆ ಬಂದಿಳಿಯುವುದಿಲ್ಲ. ಕಥೆಯ ನಾಯಕನಾದ ರಾಜ್ಯಪಾಲರು ಬಳಿಕ

ಒಂದು ಪ್ರವಾಸಕ್ಕೆ ಹೊರಡುತ್ತಾರೆ. ಆಗ ಅವರು ಗಿಳಿಯನ್ನು ನೋಡಲು ಸೇವಕನಿಗೆ ವಹಿಸುತ್ತಾರೆ. ಪ್ರವಾಸದ ಅಂತ್ಯದಲ್ಲಿ ಗಿಳಿಯ ವಿಷಯ ತಿಳಿದುಕೊಳ್ಳಲು ರಾಜಭವನಕ್ಕೆ ಫೋನ್ ಮಾಡಿದಾಗ ತಾನು ಹೋದ ಬೆನ್ನಹಿಂದೆಯೇ ಗಿಳಿ ಕೂಡ ಹಾರಿಹೋಯಿತು ಎಂಬುದನ್ನು ಸಣ್ಣ ನೋವಿನೊಂದಿಗೆ ಅವರು ಕೇಳಿಸಿಕೊಳ್ಳುತ್ತಾರೆ.

"ಗಿಳಿ ಇನ್ನೂ ಬರುತ್ತದೆ, ಉದಾಸೀನನಾಗಿ ಕುಳಿತಿರುವಾಗ, ವಿಷಾದದಲ್ಲಿ ಮುಳುಗಿರುವಾಗ, ಸ್ನಿಗ್ಧವಾದ ಸ್ಪರ್ಶದೊಂದಿಗೆ ಗಿಳಿ ಬಾರದೇ ಇರದು."

ಸ್ನೇಹಾರ್ದ್ರತೆಯ ಮನಸ್ಸಿಗೆ, ನೆನಪುಗಳ ಗಿಳಿಗಳಿಗೆ ಹಾರಿ ಬಾರದಿರಲು ಸಾಧ್ಯವೇ ಇಲ್ಲ.

ವೈವಿಧ್ಯಮಯ ರಚನೆಯೊಂದಿಗೆ ಪಿ. ಎಸ್. ಶ್ರೀಧರನ್ ಪಿಳ್ಳೈ ಅವರ ಸಾಹಿತ್ಯ ರಚನೆ ಶ್ರೀಮಂತವಾಗಿದೆ. ಗಂಭೀರ ರಾಜಕೀಯ ನಿರೀಕ್ಷೆಗಳು, ಇತಿಹಾಸ , ವಿಮರ್ಶೆಗಳು, ಉಪನ್ಯಾಸಗಳು , ಸಮಕಾಲೀನ ಪ್ರತಿಕ್ರಿಯೆಗಳು, ಪ್ರವಾಸದ ಅನುಭವಗಳು, ಕವಿತೆ... ಹೀಗೆ ಅಚ್ಚರಿಗೊಳಿಸುವ ಬರಹದ ರಿಪಬ್ಲಿಕ್ ಅನ್ನು ಅವರು ಸ್ವತಃ ಘೋಷಿಸಿದ್ದಾರೆ. 'ತತ್ತ ವರಾತಿರಿಕ್ಕಿಲ್ಲ' ಎನ್ನುವುದು ಅವರ 150ನೇ ಕೃತಿಯಾಗಿದೆ. ಹೋರಾಟ ಮನೋಭಾವದ ನ್ಯಾಯವಾದಿಯಾಗಿ, ಕುಶಲ ರಾಜಕೀಯ ಮುಖಂಡನಾಗಿ, ಸ್ನೇಹದ ಸೌಮ್ಯಸಂಚಾರಿಯಾಗಿಯೂ, ವಿಭಿನ್ನ ಜವಾಬ್ದಾರಿಯ ಔನ್ನತ್ಯಕ್ಕೇರಿದಾಗಲೂ ಅವರು ಬರವಣಿಗೆಯನ್ನು ಉಪಾಸನೆ ಮಾಡಿದರು. ಅದರಲ್ಲಿ ಹೆಮ್ಮೆಯನ್ನು ಕಂಡರು. ಬರಹಗಾರರನ್ನು ಗೌರವಿಸಿದರು. ಬರಹಗಾರನಾಗಲು ಆಸೆಪಟ್ಟ ಅವರ ಹುಟ್ಟೂರಾದ ವೆಣ್ಮಣಿಯಲ್ಲಿ ಕಳೆದ ದಿನಗಳೇ ಪಿ. ಎಸ್. ಶ್ರೀಧರನ್ ಪಿಳ್ಳೈ ಅವರ ಕನಸಿನ ಸಹ ಸಂಚಾರಿಗಳಾಗಿದ್ದರು. ಊರ ಹಾದಿ, ಕವಲು ರಸ್ತೆಗಳು, ಹಸಿರಿನ ಉಡುಗೊರೆಗಳಾದ ಹೂವಿನ ಗೊಂಚಲುಗಳು... ಗ್ರಾಮದ ಬದುಕು ನೆನಪು ಮಾತ್ರವಲ್ಲ, ಕರುಣೆಯ, ಪ್ರೀತಿಯ ಬತ್ತದ ಒರತೆಗಳು ಅವು. ಆ ಆರ್ದ್ರತೆಯೇ ಪಿ. ಎಸ್. ಶ್ರೀಧರನ್ ಪಿಳ್ಳೈ ಅವರ ಕಥೆಗಳ ಮೂಲವಾಗಿತ್ತು. ವಿದ್ಯಾರ್ಥಿ ರಾಜಕೀಯಕ್ಕೆ ಆಕರ್ಷಿತರಾಗದೇ ಇದ್ದಿದ್ದರೆ, ಬಳಿಕ ಹಂತಹಂತವಾಗಿ ತೆರೆದುಕೊಂಡ ಏರಿಳಿತಗಳಿಗೆ ಹೊಂದಿಕೊಳ್ಳದೇ ಇದ್ದಿದ್ದರೆ ಯಾವುದಾದರೂ ಒಂದು ಸಾಹಿತ್ಯ ಪ್ರಕಾರದ ಮುಂದಿನ ಸಾಲಿನಲ್ಲಿ ಕಾಣಿಸಿಕೊಳ್ಳುತ್ತಿದ್ದರು. ವೆಣ್ಮಣಿಯ ಕಥೆಗಾರ ಎಂಬ ಶೈಲಿಯೂ ರೂಪುಗೊಂಡಿರುತ್ತಿತ್ತು.

ಬದುಕಿನ ಏರಿಳಿತಗಳಲ್ಲಿ ಗೊಣಗಾಟವಿಲ್ಲದ ಅವರ ಸ್ಥಿತಪ್ರಜ್ಞೆ ರಾಜಭವನದ ಪುರಾತನ ಬಾಗಿಲುಗಳು ಒಂದೊಂದಾಗಿ ತೆರೆಯುವಾಗಲೂ ಕಾಣಸಿಗುತ್ತದೆ.

ಸನ್ಯಾಸಿಯಂತೆ ತಿರಸ್ಕರಿಸು
ಕಣ್ಣೀರಲ್ಲೂ ಹೋರಾಟಗಾರನಂತೆ ನಗು
ಮಿಣುಕುಹುಳದಂತೆ ಬೆಳಕನೀಯು
ನಿನಗಾಗಿ ಒಂದು ದಿನ
ಬರುವುದೆಂಬ ನಂಬಿಕೆಯೇ ನನ್ನ ಉಡುಗೊರೆ

'ಲಾಕ್‌ಡೌನ್ ಕವಿತೆಗಳು' ಎಂಬ ಸಂಕಲನದ ಕವಿತೆಯೊಂದರಲ್ಲಿ ಪಿ. ಎಸ್. ಶ್ರೀಧರನ್ ಪಿಳ್ಳ ಹೀಗೆ ಬರೆದಿದ್ದಾರೆ. ಅವರ ವೀಕ್ಷಣೆಯೊಂದಿಗೆ ಹತ್ತಿರ ನಿಂತಿರುವುದು ಈ ಸಾಲುಗಳೇ ಇರಬೇಕು. ಅವರ ಬಹುತೇಕ ಎಲ್ಲಾ ಬರಹಗಳಲ್ಲೂ ಈ ಚೈತನ್ಯ ಆಂತರಿಕ ಸೌಂದರ್ಯವಾಗಿ ಬದಲಾಗುತ್ತಿದೆ.

ಮಿಜೋರಾಂ ರಾಜ್ಯಪಾಲರಾಗಿದ್ದ ಸಮಯದಲ್ಲಿ ರಾಜಭವನದ ತೋಟದ ವಿಶೇಷವಾದ ಮಾವಿನ ಹಣ್ಣು ಕಾಣೆಯಾದದ್ದರ ಬಗ್ಗೆ ಸೌಂದರ್ಯ ತುಂಬಿ ತುಳುಕುವ ಸೃಜನಶೀಲ ವಿಶೇಷಣಗಳೇ ಆತ್ಮಛಾಯೆ ಎಂಬ ಕಥೆ. ತೋಟದ ಮಾಲಿಯ ಮಗ, ಸಣ್ಣ ಬಾಲಕ , ರಾಜ್ಯಪಾಲರು ತುಂಬಾ ಆಸ್ಥೆಯಿಂದ ಕಾಯ್ದಿರಿಸಿದ್ದ ಮಾವಿನ ಹಣ್ಣನ್ನು ಕದ್ದುಕೊಂಡು ಹೋಗುತ್ತಾನೆ. ಆ ಹಣ್ಣು ತಿಂದರೆ ಯಾವ ಆಸೆಯೂ ಕೈಗೂಡುತ್ತದೆ ಎಂಬ ತಂದೆ ಹೇಳಿದ ಮಾಂತ್ರಿಕ ಕಥೆಯಲ್ಲಿ ಮಿಂದು ಹೋದ ಬಾಲಕ ಅದರಿಂದಾಗಿಯೇ ಅದನ್ನು ಕದ್ದುಕೊಂಡು ಹೋಗಿದ್ದ. ಆ ಮಾಂತ್ರಿಕ ಕಥೆ ಬರಹಗಾರನನ್ನು ತನ್ನ ಊರಾದ ವೆಣ್ಮಣಿಯ ಬಾಲ್ಯಕಾಲದ ಸಂಜೆಯ ವೇಳೆಯತ್ತ ಕರೆದೊಯ್ಯುತ್ತದೆ.

"ತನ್ನ ಮನೆಯಲ್ಲಿ ಆನೆ ಇದೆ ಎಂದು ಹೇಳಿ ಬೀಗಿದ ಒಬ್ಬ ಸ್ನೇಹಿತನ ಸೊಕ್ಕನ್ನು ಮುರಿಯಲು ತನ್ನ ಮನೆಯಲ್ಲಿ ಸಿಂಹವನ್ನೂ, ಹುಲಿಯನ್ನೂ ಸಾಕುತ್ತಿರುವುದಾಗಿ ಹೇಳಿದ ಮತ್ತೊಬ್ಬ ಸ್ನೇಹಿತ. ಇಬ್ಬರ ಕಟ್ಟು ಕಥೆಗಳನ್ನು ನಂಬಿ ಅವರ ಮನೆಹತ್ತಿರ ಹೋಗಿ ಇಣುಕಿ ನೋಡಿದ ಕಥೆಗಾರ....

ಮಿಜೋರಾಂ ರಾಜಭವನದ ತೋಟದ ತಂಪು, ಸಮೃದ್ಧಿ ದಶಕಗಳ ಹಿಂದಿನ ವೆಣ್ಮಣಿ ಗ್ರಾಮದ ನಿಷ್ಕಲ್ಮಶ ಭಾವದಲ್ಲಿ ಬೆರೆತು ಹೋಗುತ್ತಾರೆ. ಕವಿಯೂ ಆದ ರಾಜಭವನದ ಅಧಿಕಾರಿಯನ್ನು ನಿಷ್ಕಳಂಕನಾದ ಒಬ್ಬ ಮಿಜೋರಾಂ ಬಾಲಕ ನಿಮಿಷಾರ್ಧದಲ್ಲೇ ಕಾಲಗಳ ಆಚೆಗಿನ ಬೇರೊಬ್ಬ ಬಾಲಕನನ್ನಾಗಿ ಬದಲಾಯಿಸುತ್ತಾನೆ. ಅವರ ಗ್ರಾಮೀಣ ಬಾಲ್ಯದ ಮಾಧುರ್ಯ ತೋಟದಿಂದ ಕಾಣೆಯಾದ ವಿಶೇಷ ಮಾವಿನ ಹಣ್ಣಿನಷ್ಟೇ ಸಿಹಿಯಾಗಿದೆ.

ಮಕ್ಕಳಿಂದ ತಿರಸ್ಕಾರಕ್ಕೆ ಒಳಗಾದ ಒಬ್ಬ ಅಮ್ಮ ಹಾಗೂ ತಾನು ಸಾಕಿದ ಹಸುವಿನ ಜತೆಗಿನ ಆತ್ಮಸಂಬಂಧದ ಕಥೆಯೇ ಸಂಧ್ಯ. ಜೀವನದ ಸಂಧ್ಯಾಕಾಲದಲ್ಲಿ ಅಮ್ಮನಿಗೆ ತಿಳಿಯದೆ ಆ ಮಕ್ಕಳು ಆ ಹಸುವನ್ನು ಮಾರಾಟ ಮಾಡುತ್ತಾರೆ. ಅಮೆರಿಕ ಮತ್ತು ಕೆನಡಾದಲ್ಲಿರುವ ಮಕ್ಕಳು ಅಮ್ಮನಿಗೆ ನೆರವಾಗಲೆಂದು ಒಬ್ಬ ಬಂಗಾಳಿ ಕೆಲಸಗಾರನನ್ನು ನೇಮಿಸುತ್ತಾರೆ. ವೃದ್ಧರ ಆತಂಕಗಳನ್ನು ಅದೇ ಭಾವದಲ್ಲಿ ಕಥೆಗಾರ ವಿವರಿಸಿದ್ದಾರೆ. ತನ್ನ ಅರಿವಿಗೆ ಬಂದಂತಹ ಒಂದು ಘಟನೆಯ ಭಾವಪೂರ್ಣತೆಯ ಮುಂದುವರಿದ ಭಾಗವೇ ಸಂಧ್ಯ ಎಂಬ ಕಥೆ. ಗ್ರಾಮೀಣ ಬದುಕಿನ ಒಳತುಡಿತವೇ ಅದರ ಸೌಂದರ್ಯವಾಗಿದೆ. ವೃದ್ಧಾಶ್ರಮ ಸೇರಿದ ಅಮ್ಮ 'ಮನಸ್ಸಿನಲ್ಲಿ ಸಾವಿಗೀಡಾದವರಿಗೆ ಹಗಲು, ರಾತ್ರಿ ಎಂದೇನಿಲ್ಲವಲ್ಲ' ಎಂದು ಹೇಳುವುದು ನಿರ್ಲಕ್ಷ್ಯಕ್ಕೆ ಒಳಗಾಗುವ ಎಲ್ಲ

ಅಮ್ಮಂದಿರ ಶಬ್ದದ ಮೂಲಕವೇ. ಬಾಲ್ಯದ ತನ್ನ ಗ್ರಾಮೀಣ ಬದುಕಿನಲ್ಲಿ ಕಂಡ ಹಾಗೂ ಅರಿತವರೆಲ್ಲರೂ ಹಲವು ಭಾವಗಳೊಂದಿಗೆ ಅವರ ಕಥೆಗಳಲ್ಲಿ ಸಾಗಿ ಬರುತ್ತಿದ್ದಾರೆ.

ಆದಿವಾಸಿ ಸಮುದಾಯದಲ್ಲಿ ಇಂದಿಗೂ ಕಂಡುಬರುವ ವಿಶಿಷ್ಟ ಸಂಪ್ರದಾಯಗಳನ್ನು ಮುಂದಿಟ್ಟುಕೊಂಡು ರಚಿಸಿದ್ದೇ ಸ್ತ್ರೈಣಂ ಎಂಬ ಕಥೆ. ಬೊಮ್ಮಿ ಎಂಬ ಆದಿವಾಸಿ ಬಾಲಕಿ ರಾತ್ರಿಯ ಏಕಾಂತತೆಯಲ್ಲಿ, ಇರುಳನ್ನು ದೂರ ಮಾಡಲು ಹತ್ಯೆಗೊಳಗಾದ ಮಾರಿಯಮ್ಮನ ಆತ್ಮದೊಂದಿಗೆ ಸಂವಾದ ನಡೆಸುತ್ತಾಳೆ. ತಾಳೆಗರಿಗಳ ಗೋಡೆಯ ಆಚೆಯಿಂದ ಕೇಳಿಬರಬಹುದಾದ ಮಾರಿಯ ಶಬ್ದಕ್ಕಾಗಿ ಬೊಮ್ಮಿ ಕಿವಿ ನಿಮಿರಿಸಿ ಕುಳಿತ ರಾತ್ರಿಗಳು. ಋತುಮತಿಯಾದ ಬೊಮ್ಮಿ ಒಬ್ಬಳೇ ಹಸುರು ಗುಡ್ಲುವಿನಲ್ಲಿ ವಾಸಿಸಬೇಕಾಗಿ ಬಂದ ರಾತ್ರಿಗಳೇ ಕಥೆಯ ಅಂತರಾಳವಾಗಿದೆ. ರಾತ್ರಿಯ ಭೀತಿ, ಕಾಡುಪ್ರಾಣಿಗಳ ಶಬ್ದಗಳು ಹಾಗೂ ಏಕಾಂತತೆ ಜತೆಗೂಡಿದ ಇರುಳಿನ ದೃಶ್ಯಗಳೇ ಸ್ತ್ರೈಣಂನ ಸೌಂದರ್ಯ. ಪ್ರಾಚೀನ ಆದಿವಾಸಿ ಸಮೂಹದ ನೆನಪುಗಳೇ ಕಥೆಯ ಶಕ್ತಿಯೂ ಆಗಿದೆ.

ಗಾಳವನ್ನು ಹಿಡಿದು ಸಮದ್ರ ತೀರದಲ್ಲಿ ಕಾದು ಕುಳಿತ ಮೊಮ್ಮಗನ ಕಿರಿದೆನಿಸದ ಚಿಂತನೆಗಳ ಬೆನ್ನತ್ತಿ ಸೃಷ್ಟಿಸಿದ ಕಥೆಯೇ ಮೀನು ಬರುವಾಗ. ಆಧುನಿಕ ತಲೆಮಾರಿನ ಚಿಂತನೆಗಳು ಹಾಗೂ ಚಲನೆಗಳನ್ನು ಕಂಡುಹುಡುಕಲು ಕಥೆಗಾರ ನಡೆಸುವ ಶ್ರಮ ಕಥೆಯಲ್ಲಿ ಕಂಡುಬರುತ್ತದೆ. ಕೇವಲ ಡಿಜಿಟಲ್ ವಿನೋದ ಮಾತ್ರವಲ್ಲ, ಮಣ್ಣು, ಬೆಳಕು, ಜೀವಜಾಲಗಳು ನೀಡುವ ಅನುಭವವೇ ಜೀವಚೈತನ್ಯದ ಸೆಲೆ ಎಂದು ಮೊಮ್ಮಗನಿಗೆ ತಿಳಿಹೇಳಲು ಬಯಸುವ ಅಜ್ಜನೆಂಬ ಕಥೆಗಾರ. ಆ ಚೈತನ್ಯವನ್ನು ಮೊಮ್ಮಗ ತನ್ನ ಸ್ವಂತ ಅನುಭವದ ಮೂಲಕ ಅರ್ಥಮಾಡಿಕೊಂಡಿದ್ದರಲ್ಲಿ ಅಜ್ಜ ಸಂತೋಷಗೊಳ್ಳುತ್ತಾರೆ. ಕಥೆಯ ಅಂತ್ಯದಲ್ಲಿ ಮೀನುಗಾರರ ನೆರವಿನೊಂದಿಗೆ ತಾನು ಹಿಡಿದ ಮೀನನ್ನು ಮೊಮ್ಮಗ ಅಜ್ಜನಿಗೆ ಡೆಡಿಕೇಟ್ ಮಾಡುತ್ತಾನೆ. ಆಧುನಿಕ ತಲೆಮಾರಿನೊಂದಿಗಿನ ಸಹಸಂಚಾರವೇ 'ಮೀನು ಬರುವಾಗ' ಎಂಬ ಕಥೆ.

ಕಥೆ ಎನ್ನುವುದು ಘಟನೆಗಳ ವರ್ಣನೆ ಮಾತ್ರವಾಗಬಾರದು ಎಂಬ ಕಥೆಗಾರನ ಸೃಜನಶೀಲ ಮನೋಭಾವವೇ ಈ ಕಥಾಸಂಕಲನದ ಐದು ಕಥೆಗಳ ಆಂತರಿಕ ಸೌಂದರ್ಯವಾಗಿದೆ. ಗ್ರಾಮೀಣ ಪ್ರದೇಶಗಳು ಒಳಿತಿನಿಂದ ಸಮೃದ್ಧವಾಗಿದೆ ಎಂಬ ಚಿಂತನೆಯೂ ಇದರಲ್ಲಿದೆ. ಕಣ್ಣೀರಿನಲ್ಲಿ ಹೋರಾಟಗಾರನಾಗಿ ನಗುವಾಗಲೂ, ಮಿಣುಕು ಹುಳುವಾಗಿ ಬೆಳಕು ಬೀರುವ ಮನಸ್ಸಿನ ಮಾಂತ್ರಿಕ ಶಕ್ತಿಯೇ ಈ ಕಥೆಯ ತಿರುಳಾಗಿದೆ.

– ಎಬ್ರಹಾಂ ಮ್ಯಾಥ್ಯೂ

ಕಥೆಗಳು ಸಾಂತ್ವನವಾಗುವಾಗ

ಲೇಖನಗಳು, ಕವಿತೆಗಳನ್ನು ಬರೆಯತೊಡಗಿದ ಕಾಲದಿಂದಲೇ ಕಥೆಗಳ ಬಗ್ಗೆ ನನಗೆ ಅತೀವ ಆಸಕ್ತಿ ಇತ್ತು. ಚಿರಪ್ರತಿಷ್ಠೆಗೆ ಪಾತ್ರರಾಗಿರುವ ಕಥೆಗಾರರ ಸೃಜನಶೀಲ ಲೋಕದಲ್ಲಿ ಹಾದುಹೋಗುವ ಒಬ್ಬ ಓದುಗನಿಗೆ ಸಣ್ಣಕಥೆಗಳನ್ನು ಹೇಗೆ ದೂರವಿರಿಸಲು ಸಾಧ್ಯ? ಅವರೆಲ್ಲರ ಕಥೆಗಳನ್ನು ಓದಿದ ಆವೇಶದಲ್ಲಿ, ಅನುಭವಗಳ ಪ್ರಚೋದನೆಯೊಂದಿಗೆ ಈ ಕ್ಷೇತ್ರದಲ್ಲಿ ಕೈಯಾಡಿಸಲು ನಾನು ಪ್ರಯತ್ನಿಸಿದೆ. ಮಲಯಾಳಂನ ಕೆಲವು ಪ್ರಮುಖ ಪತ್ರಿಕೆಗಳಲ್ಲಿ ನನ್ನ ಆರೇಳು ಕಥೆಗಳು ಪ್ರಕಟಗೊಂಡವು. ಆದರೆ ನನಗಂತೂ ಕಥೆ ಬರೆಯುವುದೆಂದರೆ ಪರಿಚಿತವಾದ ವಿಷಯದಲ್ಲಿ ಲೇಖನಗಳನ್ನು ಬರೆಯುವಂತೆ, ಮನಸ್ಸನ್ನು ಮಥಿಸುವ ವಿಷಯ ಅಥವಾ ಅನುಭವವನ್ನು ಕೆಲವು ಸಾಲುಗಳ ಕವಿತೆಯಾಗಿ ಬದಲಾಯಿಸುವಷ್ಟು ಸುಲಭವಲ್ಲ. ಕೊಂಡಿ ಕಳಚದಂತೆ ಭಾವನೆಗಳ ಲೋಕದಲ್ಲಿ ವಿಹರಿಸುತ್ತಾ, ಅದರಲ್ಲಿ ಸಿಗುವ ಅನುಭೂತಿಯನ್ನು ಅಕ್ಷರವಾಗಿ ರೂಪಾಂತರಗೊಳಿಸಲು ಬಹಳಷ್ಟು ಸಮಯದ ಅಗತ್ಯವಿದೆ. ನನಗಿರುವುದೂ ಅದೇ ಸಮಯದ ಕೊರತೆಯೇ ಆಗಿತ್ತು. ಬ್ಯುಸಿಯಾದ ರಾಜಕೀಯ ಬದುಕು, ಅದಕ್ಕಿಂತ ಬ್ಯುಸಿಯಾದ ವಕೀಲಿ ವೃತ್ತಿಯನ್ನು ನಡೆಸುವ ಒಬ್ಬ ವ್ಯಕ್ತಿಗೆ ಅತ್ಯಂತ ಸುಲಭವಾಗಿ ಒಗ್ಗುವ ಕ್ಷೇತ್ರವಲ್ಲ ಕಥೆ ಎಂಬುವುದು ಅನುಭವವಾದಾಗ ಈ ಕ್ಷೇತ್ರದಿಂದ ನಾನು

ಬೇಗನೆ ಹಿಂದೆ ಸರಿದೆ. ಒಂದು ಕಾಲದಲ್ಲಿ ಕಥೆಗಳ ಲೋಕದಲ್ಲಿ ನಾನಿದ್ದೆ ಎಂಬ ವಿಷಯವನ್ನು ಕೂಡ ಮರೆತೆ. ನನ್ನ ಲೇಖನಗಳು ಮತ್ತು ಕವಿತೆಗಳನ್ನು ಪುಸ್ತಕಗಳಾಗಿ ಪ್ರಕಟಿಸುತ್ತಿದ್ದ ಪ್ರಕಾಶಕ ಗೆಳೆಯರು ಹಳೆಯ ಕಥೆಗಳ ಬಗ್ಗೆ ನೆನಪಿಸಿ ಅದನ್ನು ಪುಸ್ತಕದ ರೂಪದಲ್ಲಿ ಹೊರತರಬೇಕೆಂದು ಹೇಳಿದರು. ಬರೆದದ್ದನ್ನೆಲ್ಲ ಫೈಲ್‌ನಲ್ಲಿ ಸಂಗ್ರಹಿಸಿಡುವ ಅಭ್ಯಾಸವಿದ್ದುದರಿಂದ ನಾನೂ ಅವರ ಮಾತಿಗೆ ಸಮ್ಮತಿಸಿದೆ. ಕೂಡಲೇ ಅವರು ಹೊರಬರಲಿರುವ ಕಥಾ ಸಂಕಲನಕ್ಕೆ ಒಂದು ಹೆಸರಿಡಬೇಕೆಂದು ಕೋರಿದರು.'ಕಥೆಯಿಲ್ಲದ ಕಥೆಗಳು' ಎಂಬ ಹೆಸರು ಕೂಡಲೇ ತೋಚಿತು. ಅದನ್ನು ಅವರ ಬಳಿ ಹೇಳಿದೆ. ನನ್ನ ಕಥೆಗಳನ್ನು ಅತಿರಥ ಮಹಾರಥರ ಕಥೆಗಳೊಂದಿಗೆ ಒರೆಗೆ ಹಚ್ಚಿ ನೋಡಬಾರದು ಎಂಬ ಆಲೋಚನೆಯಿಂದ ಇಂಥ ಒಂದು ತಲೆಬರಹ ಹುಟ್ಟಿಕೊಂಡಿತ್ತು. ಆದರೆ ಆ ಕಥೆಗಳಿಗೆ ಪುಸ್ತಕದ ರೂಪ ಪಡೆಯುವ ಭಾಗ್ಯವಿರಲಿಲ್ಲ ಎಂದೆನಿಸುತ್ತದೆ. ಪ್ಲೈವುಡ್ ಹಾಗೂ ಗಾಜಿನಿಂದ ನಿರ್ಮಿಸಿದ ಕಪಾಟಿನೊಳಗೆ ಸುರಕ್ಷಿತವಾಗಿಟ್ಟಿದ್ದ ನನ್ನ ಕಥೆಗಳೂ ಸೇರಿದಂತೆ ಕೆಲವಷ್ಟು ಫೈಲ್‌ಗಳನ್ನು ಗೆದ್ದಲು ತಿಂದು ಮುಗಿಸಿತ್ತು. ಹೆತ್ತ ತಾಯಿಗೆ ಹೆಗ್ಗಣ ಮುದ್ದಲ್ಲವೇ. ಹಾಗಾಗಿಯೇ ಗೆದ್ದಲು ಹಿಡಿದ ನನ್ನ ಕಥೆಗಳನ್ನು ನೆನೆದು ನನಗೆ ನೋವಾಯಿತು. ಕಾಲು ಶತಮಾನದ ಹಿಂದೆ ಪತ್ರಿಕೆಗಳಲ್ಲಿ ಪ್ರಕಟಗೊಂಡ ಆ ಕಥೆಗಳನ್ನು ಆಯಾ ಕಚೇರಿಗಳಿಂದ ಹುಡುಕಿ ತೆಗೆಯುವುದೂ ಕಷ್ಟದ ವಿಷಯವೇ ಆಗಿತ್ತು. ಆ ನಷ್ಟದ ನೋವೇ ನನಗೆ ಹೊಸ ಕಥೆಗಳನ್ನು ಬರೆಯಲು ಶಕ್ತಿ ಹಾಗೂ ಉತ್ಸಾಹ ನೀಡಿತು. ಹಾಗೆ ಬರೆದ ಐದು ಕಥೆಗಳೇ 'ತತ್ತ ವರಾತಿರಿಕ್ಕಿಲ್ಲ' ಎಂಬ ಕಥಾ ಸಂಕಲನ. ಹಿಂದೊಮ್ಮೆ ಕಥೆ ಬರೆಯುವುದರಿಂದ ಹಿಂದೆ ಸರಿದ ಒಬ್ಬ ವ್ಯಕ್ತಿಯ ನೂರ ಐವತ್ತನೇ ಪುಸ್ತಕವಾಗಿ ಈ ಕಥಾಸಂಕಲನ ಹೊರಹೊಮ್ಮಿದೆ ಎಂಬ ವಿಶೇಷವೂ 'ತತ್ತ ವರಾತಿರಿಕ್ಕಿಲ್ಲ' ಎಂಬ ಪುಸ್ತಕಕ್ಕಿದೆ.

ಬರಹಗಾರನ, ಸಣ್ಣ ಕಥೆಗಾರನ ಜೀವನದಲ್ಲಿ ನಡೆದ ಒಂದು ಘಟನೆಯಿಂದಲೋ ಅಥವಾ ಅನುಭವದ, ಭಾವನೆಗಳ ಬೆನ್ನತ್ತಿ, ಅದನ್ನು ಮನೋಜ್ಞವಾಗಿ ವರ್ಣಿಸುವುದರ ಮೂಲಕವಲ್ಲವೇ ಸಣ್ಣಕಥೆಗಳು ಹುಟ್ಟಿಕೊಳ್ಳುವುದು. ಕಾದಂಬರಿಗಳಲ್ಲಿ ವಿಷಯಗಳನ್ನು ವಿವರಿಸಿ ಹೇಳುವಾಗ, ಕಥೆಗಳಲ್ಲಿ ಅದನ್ನು ಸಂಗ್ರಹಿಸಿ ಹೇಳಲಾಗುತ್ತದೆ. ಅಜ್ಜಿ ಕಥೆಗಳೇ ಕಥೆಗಳ ಮೊದಲ ರೂಪ. ಐತಿಹ್ಯಗಳಿಂದ, ಕಟ್ಟು ಕಥೆಗಳಿಂದ ವಿಭಿನ್ನವಾಗಿ ಒಬ್ಬಕಥೆಗಾರ ತನ್ನ ಕಥೆಗಳ ಮೂಲಕ ತನ್ನ ಭಾವನೆಗಳಿಗೆ ಸುಂದರವಾದ ರೂಪವನ್ನು ಕೊಡುತ್ತಾನೆ. ನನ್ನ ಕಥೆಗಳಲ್ಲೂ ಕೆಲವು ಅದೇ ಅಜ್ಜಿ ಕಥೆಗಳೊಂದಿಗೆ ಸೇರಿಸಿಕೊಂಡು ಬರೆಯಲು ನಡೆಸಿದ ಪ್ರಯತ್ನಗಳಾಗಿವೆ.

ಈ ಪ್ರಪಂಚವನ್ನು ಪ್ರತಿಯೊಬ್ಬರು ಒಂದೊಂದು ರೀತಿಯಲ್ಲಿ ಕಾಣುತ್ತಾರೆ. ಕವಿ ಕಾಣುವುದು, ಕಥೆಗಾರ ದರ್ಶಿಸುವುದು, ಸಾಧಾರಣ ವ್ಯಕ್ತಿ ಬೆಲೆ ಕಟ್ಟುವುದು ಅವರವರ ದೃಷ್ಟಿಕೋನದಿಂದಲೇ. ಅವರವರ ದೃಷ್ಟಿಗನುಸಾರವಾಗಿ ಅದನ್ನು ವ್ಯಾಖ್ಯಾನಿಸುತ್ತಾರೆ. ಸಮಾಜದೊಂದಿಗೆ ಸಂವಾದ ನಡೆಸುವ ತನಗೆ ಹೇಳಬೇಕಾಗಿರುವುದನ್ನು ಹೇಳುವ ಮಾಧ್ಯಮವೇ ಬರಹಗಳು ಎಂಬುದೇ ನನ್ನ ದೃಷ್ಟಿಕೋನವಾಗಿದೆ. ಕಥೆ

ಮತ್ತು ಕಾದಂಬರಿಗೆ ಅದರಲ್ಲೂ ಸಣ್ಣ ಕಥೆಗಳಿಗೆ ಪ್ರತ್ಯೇಕವಾದ ಒಂದು ಸ್ತರವಿದೆ. ಓದುಗನನ್ನು ಕಥೆಗಾರನ ಮಟ್ಟಕ್ಕೆ ಕರೆದುಕೊಂಡು ಹೋಗಲು ಸಣ್ಣ ಕಥೆಗಳಿಗೆ ಸಾಧ್ಯ ಎಂಬುದು ನನ್ನ ಅಭಿಮತವಾಗಿದೆ.

ನನ್ನ ಕಣ್ಣ ಮುಂದೆ ಹಾದುಹೋದ ಹಲವು ಘಟನೆಗಳಲ್ಲಿ ನನಗರಿವಿಲ್ಲದಂತೆಯೇ ಬಹುಷಃ ನನ್ನ ಮನಸ್ಸು ಅದರ ಭಾಗವಾಗಿದ್ದಿರಬೇಕು. ಅದು ನನ್ನ ಮನಸ್ಸಿನಲ್ಲಿ ಹಲವು ಬಾರಿ ಅನುರಣನಗೊಂಡಿದೆ. ಅಂಥ ಕೆಲವು ಘಟನೆಗಳು ಕಥೆಗಳಾಗಿ ರೂಪಾಂತರಗೊಂಡಿವೆ. ಅದರಲ್ಲಿ ವಿಷಯಗಳು ಹಾಗೂ ಭಾವನೆಗಳು ಸಮ್ಮಿಲನಗೊಂಡಿವೆ. ನನ್ನ ಕಥೆಗಳನ್ನು ವಿಶ್ವದರ್ಜೆಯ ಕಥೆಗಳೊಂದಿಗೆ ಅಥವಾ ಪ್ರತಿಭಾವಂತರ ಕಥೆಗಳೊಂದಿಗೆ ತುಲನೆ ಮಾಡಿದಾಗ ಅವರ ಬರಹಗಳಲ್ಲಿ ಮೂಡಿಬರುವ ಅನುಭೂತಿ ನನ್ನ ಕಥೆಗಳಲ್ಲಿ ಮೂಡಿಬರಬೇಕೆಂದಿಲ್ಲ. ಆದರೆ ಓದುಗನಲ್ಲಿ ಒಂದು ಸಣ್ಣ ಚಲನೆ ಸೃಷ್ಟಿಸಲು ಸಾಧ್ಯವಾದರೆ ನಾನು ಕೃತಾರ್ಥನಾದೆ. ಓದುಗರಲ್ಲಿ ಉಂಟುಮಾಡುವ ಭಾವತೀವ್ರತೆಯೇ ಹೊಸ ಸಾಹಿತ್ಯ ಸೃಷ್ಟಿಯ ಅಳತೆಕೋಲು.

ನನ್ನ 'ತತ್ತ ವರಾತಿರಿಕ್ಕಿಲ್ಲ' ಎಂಬ ಈ ಕಥಾ ಸಂಕಲನವನ್ನು ನಾನು ಓದುಗರಿಗಾಗಿ ಸಮರ್ಪಿಸುತ್ತೇನೆ. ಓದುಗರೇ ಅದರ ತೀರ್ಪುಗಾರರು.

– ಪಿ.ಎಸ್. ಶ್ರೀಧರನ್ ಪಿಳ್ಳ
ರಾಜ್ಯಪಾಲರು, ಗೋವಾ

ಗಿಳಿಯು ಬಾರದೇ ಇರದು

ಎಂದಿನಂತೆ ತನ್ನನ್ನು ಕಾಣಲು ಬಂದ ಕೊನೆಯ ಸಂದರ್ಶಕನನ್ನು ವಾಪಸ್ ಕಳುಹಿಸಿದ ಬಳಿಕ ಅವರು ವಿಶಾಲವಾದ ತಾರಸಿಯಲ್ಲಿದ್ದ ತನ್ನ ವಿಶ್ರಾಂತಿ ಕೊಠಡಿ ತಲುಪಿದಾಗ ಆಯಾಸಗೊಂಡಿದ್ದರು. ಮಧುಮೇಹ ದೇಹವನ್ನು ಕಾಡಲು ಆರಂಭಿಸಿ ಹಲವು ವರ್ಷಗಳೇ ಕಳೆದಿದ್ದವು. ಪುರಾತನವಾದ ಆ ಎರಡು ಮಹಡಿಯ ಅರಮನೆಯ ತಾರಸಿಯಲ್ಲಿ ಕುಳಿತುಕೊಂಡರೆ ನುಣುಪಾದ ಕಿಟಕಿಯ ಗಾಜಿನ ಆಚೆಗಿನ ಮನೋಹರವಾದ ಸೌಂದರ್ಯವನ್ನು ಸ್ವಲ್ಪವೂ ಸೋರಿಕೆಯಾಗದಂತೆ ಸವಿಯಬಹುದು. ತೆರೆದ ಗಾಜಿನ ಕಿಟಕಿಯ ಮೂಲಕ ಹೆಸರೇ ಗೊತ್ತಿಲ್ಲದ ಹೂವಿನ ಮರಗಳ, ಕಾಡುಮರಗಳ ಸುವಾಸನೆಯೊಂದಿಗೆ ಮಂದವಾದ ಶಬ್ದದಲ್ಲಿ ಸಮುದ್ರದ ಗಾಳಿ ಬೀಸಿ ಬರುತ್ತಿತ್ತು. ಸಮುದ್ರದ ಗಾಳಿ ಎಂದು ಅದನ್ನು ಸ್ಪಷ್ಟವಾಗಿ ಹೇಳಲು ಸಾಧ್ಯವಿಲ್ಲ. ಝುವಾರಿ, ಮಾಂಡೊವಿ

ನದಿಗಳು ಅರಬ್ಬಿ ಸಮುದ್ರದೊಡನೆ ಸಂಗಮಿಸುವ ಸ್ಥಳವದು. ಡೋನಾ ಪೌಲಾದಿಂದ ರಾಜಭವನದ ಅಂಗಳದವರೆಗೆ ವಿಸ್ತರಿಸಿಕೊಂಡಿರುವ ಟಾರ್ ರಸ್ತೆ, ಅದರ ಇಕ್ಕೆಲಗಳಲ್ಲಿ ನೂರು ಎಕರೆಗಿಂತ ಕಡಿಮೆ ವಿಸ್ತೀರ್ಣವುಳ್ಳ ಅರಣ್ಯ ಪ್ರದೇಶವನ್ನು ಬಿಟ್ಟರೆ ತಾನು ನಿಜಕ್ಕೂ ಒಬ್ಬ ದ್ವೀಪವಾಸಿ ಎಂದು ಅವರಿಗೆ ಹಲವು ಬಾರಿ ಅನಿಸಿದ್ದಿದೆ. ನದಿಯ ದಡದಲ್ಲಿ ಒಂಟಿಯಾಗಿರುವ ತೆಂಗಿನಮರಗಳು, ಹೂಬಿಡುವ, ಹೂಬಿಡದೇ ಇರುವ ಕಾಡುಮರಗಳು, ನವಿಲುಗಳ ಕೂಗಿನ ಮಧ್ಯೆ ಧ್ಯಾನನಿರತ ಸನ್ಯಾಸಿಯಂತೆ ಕಾಬೋ ಅರಮನೆ ನೆಲೆನಿಂತಿದೆ. ಸಮುದ್ರಕ್ಕೆ ಅಭಿಮುಖವಾಗಿ ಪುರಾತನ ಕೆತ್ತನೆ ಕೆಲಸಗಳಿಂದ ಆಕರ್ಷಕವಾಗಿರುವ ಕುರ್ಚಿಯಲ್ಲಿ ಕುಳಿತುಕೊಂಡ ಅವರು ಆ ಕುಸುರಿಕಲೆಯತ್ತ ಒಮ್ಮೆ ದೃಷ್ಟಿಹರಿಸಿದರು. ಇದನ್ನು ನಿರ್ಮಿಸಿದ ಆ ಜಾಗತಿಕ ಕಲಾವಿದ ಯಾವ ಕಾಲಕ್ಕೆ ಸೇರಿದವನಾಗಿರಬಹುದು? ಆತ ಯಾವ ದೇಶದವನಾಗಿರಬಹುದು? ಪೋರ್ಚುಗೀಸರ ಊರಿನವನಾಗಿರಬಹುದೇ? ಅಥವಾ ಕರಿಯರ ನಾಡಿನಿಂದ ಕೆಲಸಕ್ಕಾಗಿ ಕರೆದುಕೊಂಡು ಬಂದವರಲ್ಲಿ ಒಬ್ಬನಾಗಿರಬಹುದೇ? ಒಂದು ವೇಳೆ ಅದಕ್ಕೂ ಹಿಂದಿನ ಬಿಜಾಪುರ ಸುಲ್ತಾನರ ಕಾಲದವನೇ, ಕದಂಬ ವಂಶದ ಅಧಿಕಾರಿಯ ಕಲಾವಿದನಾಗಿರಬಹುದೇ? ಅವರ ಯೋಚನೆಗಳು ಎತ್ತೆತ್ತಲೋ ಸಾಗತೊಡಗಿದವು. ಬಹುಷಃ ಇದೆಲ್ಲ ಹುಚ್ಚು ಭ್ರಾಂತಿಗಳಿರಬಹುದು ಎಂದೂ ಅವರು ಯೋಚಿಸಿದರು. ಆದರೆ ಅವರಿಗೆ ಹೀಗೆಲ್ಲ ಯೋಚಿಸದಿರಲು ಸಾಧ್ಯವೇ ಇರಲಿಲ್ಲ. ಏಕೆಂದರೆ ಇವೆಲ್ಲವೂ ಸರಕಾರಿ ಫೈಲ್‌ಗಳ ನಡುವೆ ಹುದುಗಿಹೋಗದ ಕವಿಹೃದಯದ ಚಂಚಲತೆಗಳಾಗಿದ್ದವು. ದಕ್ಷಿಣ ಭಾಗದಲ್ಲಿರುವ ಈ ಪಡಸಾಲೆಯ ಈ ಕುರ್ಚಿಯಲ್ಲಿ ಕುಳಿತುಕೊಂಡೇ ಅವರ ಓದು, ಬರಹ, ಪ್ರಕೃತಿ ವೀಕ್ಷಣೆ ಎಲ್ಲವೂ ನಡೆಯುತ್ತಿತ್ತು. ಆಯಾಸದಿಂದ ಕಣ್ಣುಗಳು ನಿಧಾನವಾಗಿ ಮುಚ್ಚುತ್ತಿರುವುದು ಅವರಿಗೆ ಗೊತ್ತಾಯಿತು. ಕೂಡಲೇ ಹಿಂದಕ್ಕೆ ಒರಗಿ ಕುಳಿತರು. ಹಾಗೆ ಕುಳಿತಿರುವಾಗ ಕಾಬೋ ಅರಮನೆಯ ಕೆಳಗಿನ ಕಣಿವೆಯ ತೆಂಗುಗಳು, ಹೂವಿನ ಮರಗಳೆಲ್ಲ ಅದೇ ಕಣಿವೆಯಲ್ಲಿ ಮರೆಯಾಗಿ ಹೋದಂತೆ ಅನಿಸಿತು. ಕುಳಿತ ಆ ಭಂಗಿಯಲ್ಲಿ ಸಮುದ್ರ, ದಿಗಂತವನ್ನು ಮಾತ್ರ ಕಾಣಲು ಸಾಧ್ಯವಾಯಿತು. ಕಿಟಕಿಯ ಗಾಜಿನ ಆಚೆಗೆ ಕಾಣಿಸಿಕೊಂಡ ಮುಸ್ಸಂಜೆಯ ಕೆಂಬಣ್ಣದಲ್ಲಿ ಆಕಾಶ, ಸಮುದ್ರ ಮಿಂದು ನಿಂತಂತೆ ಅನಿಸಿತು. ಸಮುದ್ರದ ಮಧ್ಯೆ ಲಂಗರು ಹಾಕಿ ನಿಂತ ದೊಡ್ಡ ಹಡಗಿನ ಡೆಕ್‌ನಲ್ಲಿ ತಾನು ಕುಳಿತಂತೆ ಅವರಿಗೆ ಭಾಸವಾಯಿತು. ಸಂಜೆಯ ಬಿಸಿಲಿನ ಕೆಂಬಣ್ಣದ ರೋಮಗಳು ಹಾಗೂ ಸಂಪಿಗೆಯ ಸುವಾಸನೆಯ ತಿಳಿಗಾಳಿ ಆಲಸಿ ಭಾವದಲ್ಲಿ ತನ್ನೊಳಗೆ ತುಂಬಿಕೊಳ್ಳುವಂತೆ ಅವರಿಗೆ ಭಾಸವಾಯಿತು. ಸಮುದ್ರದ ಅಲೆಗಳ, ಗಿಳಿಗಳ ಶಬ್ದ ಕ್ಷೀಣಿಸುತ್ತಾ ಹೋಗುತ್ತಿರುವಂತೆ ಅನಿಸಿತು.

ಆಗ ಸಂಜೆಯಾಗಿತ್ತು. ಅದು ಕಪ್ಪೇ ಅಥವಾ ಗಾಢ ಹಸಿರೇ ಎಂದು ಹೇಳಲಾಗದಂತಹ ಬಣ್ಣದೊಂದಿಗೆ ಮರಗಳು, ಗಿಡಗಳು ಧ್ಯಾನದಲ್ಲಿ ಮುಳುಗಿದವು. ಸ್ವಲ್ಪವೂ ಉರಿ ಎನಿಸದ ಗಾಢ ಹಳದಿಬಣ್ಣದ ಬಿಸಿಲು, ಮರಗಳ ಮಧ್ಯದಿಂದ ಪ್ರಕಾಶವನ್ನು ಬೀರುತ್ತಾ ಸಂಜೆಯನ್ನು ಪುನರುಜ್ಜೀವನಗೊಳಿಸಿತು. ಅದೊಂದು

ಕಣಿವೆಯಾಗಿತ್ತು. ಅದರಾಚೆಗೆ ವಿಶಾಲವಾಗಿ ಹರಡಿಕೊಂಡಿರುವ ಸಮುದ್ರ. ಆ ಸಮುದ್ರವೂ ಚಿನ್ನದ ಬಣ್ಣವನ್ನು ಹೊಂದಿತ್ತು. ಕಣಿವೆಯ ಬಂಡೆಗಳೊಂದರ ಮೇಲೆ ಕುಳಿತ ಸುಂದರ ಯುವತಿ ಕಡಲಿನತ್ತಲೇ ತದೇಕಚಿತ್ತದಿಂದ ನೋಡುತ್ತಿದ್ದಳು. ಸುರುಳಿಯಾಕಾರದ ಉದ್ದನೆಯ ಕೆಂಚು ಕೂದಲು, ಗುಲಾಬಿ ಹೂವಿನ ಮೈಬಣ್ಣ, ನೀಲಿ ಬಣ್ಣದ ಕಣ್ಣುಗಳನ್ನು ಆಕೆ ಹೊಂದಿದ್ದಳು. ಆಕೆಗಿಂತ ಸ್ವಲ್ಪ ಮುಂದೆ ಸಮುದ್ರದಲ್ಲಿ ಒಂದು ದೋಣಿ ಪ್ರತ್ಯಕ್ಷವಾಯಿತು. ಸುಂದರವಾದ, ಚುರುಕಿನ ಯುವಕನೊಬ್ಬ ದೋಣಿಯನ್ನು ಹುಟ್ಟುಹಾಕುತ್ತಿದ್ದನು. ಅವರಿಬ್ಬರೂ ಪರಸ್ಪರ ನೋಡಿದರು.

"ಗ್ಯಾಸ್ಪರ್" ಆಕೆ ಕೈ ಎತ್ತಿ ಬೀಸಿದಳು.

"ಪೌಲಾ" ದೋಣಿಯಿಂದ ಉತ್ತರ ಕೇಳಿಬಂತು. ಗ್ಯಾಸ್ಪರ್ ದೋಣಿಯನ್ನು ದಡದ ಬಳಿ ತಂದು ನಿಲ್ಲಿಸಿದ.

ಆತ ಡೋನಾಪೌಲಾಳ ಕೈ ಹಿಡಿದು ದೋಣಿಗೆ ಹತ್ತಿಸಿಕೊಂಡ. ಚಿನ್ನದ ಬಣ್ಣದ ದಿಗಂತವನ್ನು ಗುರಿಯಾಗಿಸಿಕೊಂಡು ಆತ ದೋಣಿಗೆ ಹುಟ್ಟುಹಾಕುತ್ತಾ ಆಕೆಯೊಂದಿಗೆ ಪ್ರಯಾಣ ಮುಂದುವರಿಸಿದ. ಡೋನಾಪೌಲಾ ದಡದತ್ತ ತಿರುಗಿನೋಡಿದಳು. ಅಲ್ಲಿ ಗಾಢ ಧ್ಯಾನದಲ್ಲಿ ಕುಳಿತಿರುವಂತೆ ಕಾಬೋ ಅರಮನೆ ನಿಶಬ್ದವಾಗಿದೆ. ಅದರೊಳಗೆ ತನ್ನ ಪ್ರಯಾಣದ ಬಗ್ಗೆ ಸ್ವಲ್ಪವೂ ಅರಿವಿಲ್ಲದೆ ಪಪ್ಪ, ಮಮ್ಮಿ ಸೇವಕರಿಗೆ ನಿರ್ದೇಶನಗಳನ್ನು ನೀಡುತ್ತಿದ್ದಿರಬಹುದು. ಅದನ್ನು ನೆನಪಿಸಿಕೊಂಡಾಗ ಆಕೆಯ ಹೃದಯದಲ್ಲಿ ಒಂದು ನೋವು ಕಾಡಿತು.

ಆಗ ದಿಗಂತದಲ್ಲಿ ಸುಂದರವಾದ ಒಂದು ಕಾಮನಬಿಲ್ಲು ಕಾಣಿಸಿಕೊಂಡಿತು. ಅದರ ಬಣ್ಣದ ತೀಕ್ಷ್ಣತೆಯು ಸಂಜೆಯ ಕೆಂಬಣ್ಣವನ್ನು ಅಳಿಸಿ ಸಮುದ್ರದಲ್ಲಿ ಪ್ರತಿಬಿಂಬ ಮೂಡಿಸಿತು. ನೋಡನೋಡುತ್ತಿರುವಂತೆಯೇ ಕಾಮನಬಿಲ್ಲಿನಿಂದ ಒಂದು ಸಣ್ಣ ತುಂಡೊಂದು ಕಳಚಿಕೊಂಡಿತು. ಅದು ಆಕಾಶದ ಮೂಲಕ ಅತಿವೇಗದಲ್ಲಿ ಭೂಮಿಗೆ ಹಾರಿತು. ಅದೊಂದು ಪಂಚವರ್ಣದ ಗಿಳಿಯಾಗಿತ್ತು. ಸಮುದ್ರವನ್ನು ದಾಟಿ ಹಿಂದೆಲ್ಲೋ ಕಂಡು ಮರೆತುಹೋದ ಪರಿಚಿತವಾದ ಜಾಗದತ್ತ ಅದು ಹಾರಿತು. ಭತ್ತದ ಗದ್ದೆಗಳು, ತೆಂಗು, ಹಸಿರು ಅಡಕೆಯ ತೋಟಗಳು, ಶುಭ್ರವಾಗಿ ಹರಿಯುವ ತೋಡುಗಳನ್ನು ದಾಟಿ ಅದು ಹಳೆಯ ತರವಾಡು (ಕುಟುಂಬದ ಹಿರಿಯರು ವಾಸಿಸುತ್ತಿದ್ದ ಮನೆ) ಮನೆಯ ಮುಂದೆ ಬಂದು ಕುಳಿತುಕೊಂಡಿತು. ಕೂಡಲೇ ಗಿಳಿ ಮಾಯವಾಗಿ ಅಲ್ಲಿ ಪ್ರಬುದ್ಧ ಅಜ್ಜಿಯೊಬ್ಬಳು ಕಾಣಿಸಿಕೊಂಡಳು. ಸ್ವಲ್ಪ ಹೊತ್ತು ತರವಾಡಿನ ಅಂಗಳದಲ್ಲಿ ಸಂಶಯದೊಂದಿಗೆ ನಿಂತ ಅಜ್ಜಿ, ನಿಧಾನವಾಗಿ ಮನೆಯ ಪಡಸಾಲೆಯನ್ನು ಹತ್ತಿದಳು. ಆಗ ಸಂಜೆಯಾಗಿತ್ತು. ಕೆಂಬಣ್ಣದ ಸಂಜೆಯ ಬಿಸಿಲು, ನಿಶಬ್ದತೆ ಎಲ್ಲೆಡೆ ತುಂಬಿಕೊಂಡಿತ್ತು. ಮನೆಯ ಪಡಸಾಲೆಯಲ್ಲಿ ಹಳೆಯ ಮರದ ಕುರ್ಚಿಯಲ್ಲಿ ಕುಳಿತು ಚಿಕ್ಕ ಬಾಲಕನೊಬ್ಬ ನಿದ್ರಿಸುತ್ತಿದ್ದ. ಅಜ್ಜಿ ಕೆಲಹೊತ್ತು ಪ್ರೀತಿಯಿಂದ ಆ ಬಾಲಕನನ್ನು ನೋಡುತ್ತಾ ನಿಂತರು.

“ ಕಂದಾ, ಹೀಗೆ ಸಂಜೆಯ ವೇಳೆ ಪಡಸಾಲೆಯಲ್ಲಿ ಕುಳಿತು ನಿದ್ದೆ ಮಾಡುವುದು ಒಳ್ಳೆಯ ಲಕ್ಷಣವಲ್ಲ. ಲಕ್ಷ್ಮೀಕಟಾಕ್ಷ ಹರಿದುಬರುವ ಸಮಯವಿದು. ಬೇಗ ಹೋಗಿ ಕೈಕಾಲು ತೊಳೆದು ದೇವರ ನಾಮ ಜಪಿಸು.”

ಅವರು ಬಾಲಕನ ತೋಳನ್ನು ತಟ್ಟಿ ಎಬ್ಬಿಸಿ ಪ್ರೀತಿಯಿಂದ ಗದರಿದರು. ಕಣ್ತೆರೆದ ಬಾಲಕ ಎದ್ದೇಳಲು ಹಠ ಮಾಡುತ್ತಾ ಮತ್ತೆ ಹಾಗೇ ಮಲಗಿದ.

ಶಾಲೆಯಲ್ಲಿ, ಗದ್ದೆಯಲ್ಲಿ ಸಮಯದ ಪರಿವೆಯೇ ಇಲ್ಲದೆ ಆಟವಾಡಿದ್ದರಿಂದಲೇ ಆತ ದಣಿದಿರಬೇಕೆಂದುಕೊಂಡ ಅಜ್ಜಿ, ಪ್ರೀತಿ, ವಾತ್ಸಲ್ಯದಿಂದ ಬಾಲಕನನ್ನು ಮತ್ತೆ ಎಬ್ಬಿಸಲು ಪ್ರಯತ್ನಿಸಿದಳು.

ನೇವರಿಕೆಯ ಮೃದುಸ್ಪರ್ಶದ ಸುಖ, ಸ್ನಿಗ್ಧ ಅನುಭವದೊಂದಿಗೆ ಕಣ್ಣುತೆರೆದ ಅವರು ಆಶ್ಚರ್ಯಚಕಿತರಾದರು. ತನ್ನ ಕುರ್ಚಿಯ ಮೇಲೆ ಕುಳಿತ ಪಂಚವರ್ಣದ ಗಿಳಿಯೊಂದು ಪರಿಚಿತ ಭಾವದಲ್ಲಿ ತನ್ನ ತೋಳ ಮೇಲೆ ಕೊಕ್ಕಿನಿಂದ ಉಜ್ಜುತ್ತಿದೆ. ಅದು ಅವರಿಗೆ ನೆನಪಿನ ಆಳದಲ್ಲೆಲ್ಲೋ ಇನ್ನೂ ಹಚ್ಚಹಸಿರಾಗಿರುವ ಅಜ್ಜಿಯ ಸ್ಪರ್ಶದಂತೆ ಅನಿಸಿತು. ಸ್ವಲ್ಪವೂ ಅಪರಿಚಿತ ಭಾವ ತೋರ್ಪಡಿಸದೆ ಅದು ಅವರ ಹತ್ತಿರದಲ್ಲೇ ನಿಂತುಕೊಂಡಿದೆ. ತೆರೆದ ಕಿಟಕಿಯ ಮೂಲಕ ಸಮುದ್ರದ ಗಾಳಿ ಬೀಸಿತು. ಸಂಜೆಯ ಬೆಳಕಲ್ಲಿ ಸಮುದ್ರವೆನ್ನುವುದು ವಿಶಾಲವಾಗಿ ಹರಡಿಕೊಂಡಿರುವ ಸೂರ್ಯಕಾಂತಿ ಹೊಲದಂತಾಯಿತು. ದಿಗಂತ ಚಿನ್ನದ ಬಣ್ಣದಲ್ಲಿ ಮುಳುಗಿಹೋಗಿದೆ. ಆಗ ಎಂದಿನಂತೆ ಅರಮನೆಯ ಕಾವಲುಗಾರರು ಮೊಳಗಿಸಿದ ಕಹಳೆಯ ಶಬ್ದ ಕೇಳಿಸಿತು. ಜತೆಗೆ ಬೂಟಿನ ಶಬ್ದವೂ ಕೇಳಿಬಂತು. ಅವರು ರಾಷ್ಟ್ರಧ್ವಜವನ್ನು ಕೆಳಗಿಳಿಸುತ್ತಿದ್ದಾರೆ. ಅವರು ಅದಕ್ಕೆ ಗೌರವ ತೋರಿದರು. ಕಾವಲುಗಾರರು ರಾಷ್ಟ್ರಧ್ವಜದೊಂದಿಗೆ ಹಿಂತಿರುಗಿದರು. ಕೂಡಲೇ ಅರಮನೆ ಹಾಗೂ ಸುತ್ತಲಿನ ವಿವಿಧ ಬಣ್ಣಗಳ ವಿದ್ಯುತ್ ದೀಪಗಳು ಬೆಳಗಿದವು. ರಾಜಭವನದ ಮುಂದಿನ ಉದ್ಯಾನ ಬಣ್ಣದ ಬೆಳಕಿನಲ್ಲಿ ಎಂದಿಗಿಂತಲೂ ಆಕರ್ಷಕವಾಗಿ ಕಂಗೊಳಿಸತೊಡಗಿತು.

ತನ್ನನ್ನು ಹುಡುಕಿ ಬಂದ ಹೊಸ ಅತಿಥಿಯನ್ನು ಅವರು ಕುತೂಹಲದಿಂದ ನೋಡುತ್ತಾ ನಿಂತರು. ಸುದೀರ್ಘ ಅವಧಿಯ ಬಳಿಕ ಕನಸಿನಲ್ಲಾದರೂ ಅಜ್ಜಿಯನ್ನು ನೋಡಲು ಸಾಧ್ಯವಾದದ್ದರ ಖುಷಿ ಅವರಲ್ಲಿ ಹೊಸ ಚೈತನ್ಯವನ್ನು ಮೂಡಿಸಿತು. ಅಜ್ಜಿಯ ವಾತ್ಸಲ್ಯ, ಪ್ರೀತಿಯ ಮೃದುಸ್ಪರ್ಶ, ಕಥೆ ಹೇಳುವ ಪರಿ ಹೀಗೆ ಒಂದೊಂದೇ ಮನಸ್ಸಿನಲ್ಲಿ ಮಿಂಚಿನಂತೆ ಚಿಮ್ಮಿ ಮರೆಯಾಗಿ ಹೋಯಿತು. ಅಜ್ಜಿ ಸಾವನ್ನಪ್ಪಿದ ದಿನ ಅಪಾರವಾದ ನೋವು ಮಡುಗಟ್ಟಿ ನಿಂತು, ಕಣ್ಣೀರು ಧಾರೆಧಾರೆಯಾಗಿ ಹರಿದದ್ದು ನೆನಪಾಯಿತು. ಅಜ್ಜಿಯ ಚಿತೆಗೆ ಅಗ್ನಿಸ್ಪರ್ಶ ಮಾಡಿದಾಗ ಹೊತ್ತಿ ಉರಿದ ಬೆಂಕಿಯ ಚಿತ್ರ ಇನ್ನೂ ಹಚ್ಚ ಹಸಿರಾಗಿಯೇ ಉಳಿದುಕೊಂಡಿದೆ. ಪರಿಚಿತನಂತೆ ತನ್ನ ಸನಿಹದಲ್ಲೇ ಕುಳಿತಿರುವ ಗಿಳಿಯ ತುಟಿಗಳು ನೆನಪಿನಾಳದಲ್ಲಿ ಹುದುಗಿಹೋಗಿದ್ದ ಆ ಚಿತೆಯನ್ನು ಬಡಿದೆಬ್ಬಿಸಿತು. ಅವರು ಆ ಹೊಸ ಅತಿಥಿಯನ್ನು ನೋಡುತ್ತಾ ಕುಳಿತರು. ತಕ್ಷಣವೇ

ಅದಕ್ಕೆ ಹಸಿವಾಗುತ್ತಿರಬೇಕು, ತಾನು ಅದಕ್ಕೆ ತಿನ್ನಲು ಏನನ್ನೂ ಕೊಡಲಿಲ್ಲವಲ್ಲ ಎಂದು ನೆನಪಿಸಿಕೊಂಡು ಬೆಲ್ ಒತ್ತಿ ಸೇವಕನನ್ನು ಕರೆಸಿಕೊಂಡರು. ಆತ ಆ ಗಿಳಿಯನ್ನು ಕುತೂಹಲದಿಂದ ನೋಡುತ್ತಾ ನಿಂತಿರುವುದನ್ನು ನೋಡಿದಾಗ ಅವರು ಹೇಳಿದರು.

"ಇದಕ್ಕೆ ತಿನ್ನಲು ಏನಾದರೂ ತೆಗೆದುಕೊಂಡು ಬಾ"

ಅರಮನೆಯ ಪ್ರತಿಯೊಂದು ಸಂಗತಿಯೂ ತನಗೆ ಗೊತ್ತಿದೆ ಎಂದು ಇದುವರೆಗೆ ತಿಳಿದಿದ್ದ ಸೇವಕ ತನ್ನ ಅಧಿಕಾರಿ (ಯಜಮಾನ) ಯಾವಾಗ ಈ ಗಿಳಿಯನ್ನು ಖರೀದಿಸಿದರು ಎಂದು ಯೋಚಿಸುತ್ತಾ ಅಡುಗೆಕೋಣೆಯತ್ತ ಸಾಗಿದ. ಸ್ವಲ್ಪ ಸಮಯದ ಬಳಿಕ ಒಂದು ಪಾತ್ರೆಯಲ್ಲಿ ಸ್ವಲ್ಪ ಹೆಸರುಕಾಳು, ಸ್ವಲ್ಪ ದ್ರಾಕ್ಷಿ, ಬಗೆಬಗೆಯ ಹಸಿರು ಎಲೆಗಳನ್ನು ತುಂಬಿಸಿಕೊಂಡು ಬಂದ. ಅಧಿಕಾರಿ ಎಸೆದ ಹೆಸರುಕಾಳುಗಳನ್ನು ಗಿಳಿ ತಿಂದಿತು. ಹಸಿವು ನೀಗಿಸಿದ್ದಕ್ಕೆ ಕೃತಜ್ಞತೆಯ ಸೂಚಕವಾಗಿ ಸಮೀಪದಲ್ಲೇ ಇದ್ದ ಊಟದ ಮೇಜಿನ ಬಳಿ ಹಾರಿ ಅಲ್ಲೆಲ್ಲ ನೋಡಿದ ಬಳಿಕ ಏನೇನೋ ಶಬ್ದಗಳನ್ನು ಮಾಡಿತು. ಮನುಷ್ಯನ ದನಿಯ ತರಹ ಏನೋ ಒಂದು ಶಬ್ದ! ಮನುಷ್ಯನ ಶಬ್ದವನ್ನು ಅನುಕರಿಸಲು ಸಾಮರ್ಥ್ಯವಿರುವ ರಾಜಪಕ್ಷಿಯೇ ಪಂಚವರ್ಣ ಗಿಳಿ ಎಂದು ಹಿಂದೆ ಅಜ್ಜಿ ಹೇಳಿದ್ದು ಅವರಿಗೆ ನೆನಪಾಯಿತು.

ಹೊರಗೆ ಕತ್ತಲು ಆವರಿಸತೊಡಗಿತು. ವಾಪಸ್ ಹೋಗಲು ಧಾವಂತವೇನೂ ಇಲ್ಲ ಎಂಬಂತೆ ಅತಿಥಿ ಬಾಲ್ಕನಿಯ ಮರದ ಕೆತ್ತನೆ ಕೆಲಸಗಳನ್ನು ಪರಿಶೀಲಿಸುವಂತೆ ಉತ್ಸಾಹದಿಂದ ಅತ್ತಿಂದಿತ್ತ ಹಾರುತ್ತಾ ಸಮಯ ಕಳೆಯತೊಡಗಿತು. ಅದು ವಾಪಸ್ ಹೋಗದೇ ಇದ್ದರೆ ಅದನ್ನು ಬೆಕ್ಕು ಅಥವಾ ಕಾಡುಬೆಕ್ಕು ಆಕ್ರಮಿಸಬಹುದೆಂದು ಅವರು ಆತಂಕಗೊಂಡರು. ಆದರೆ ತಾನು ಇದುವರೆಗೂ ಈ ಬಾಲ್ಕನಿಯಲ್ಲಿ ಒಂದೇ ಒಂದು ಬೆಕ್ಕನ್ನಾಗಲಿ, ಕಾಡುಬೆಕ್ಕನ್ನಾಗಲಿ ನೋಡಲೇ ಇಲ್ಲವಲ್ಲ ಎಂದು ಅವರು ನೆನಪಿಸಿಕೊಂಡರು. ಅರಮನೆಯ ಸುತ್ತ ಸದಾ ಜಾಗೃತರಾಗಿರುವ ಕಾವಲುಗಾರರ ಕಣ್ತಪ್ಪಿಸಿ ಅವುಗಳಿಗೆ ಹೇಗೆ ಬಾಲ್ಕನಿಗೆ ಬರಲು ಸಾಧ್ಯ ಎಂದು ಅವರು ಯೋಚಿಸಿದಾಗ ತನ್ನ ಆತಂಕಗಳಿಗೆ ಅರ್ಥವಿಲ್ಲ ಎಂದನಿಸಿತು.

ರಾತ್ರಿ ಊಟದ ಸಮಯವಾಯಿತು ಎಂದು ನೆನಪಿಸುವ ಸಲುವಾಗಿ ಸೇವಕ ಮುಖ್ಯ ಭೋಜನ ಕೊಠಡಿಯ ಹೊರಗೆ ಬಂದು ನಿಂತುಕೊಂಡ. ರಾತ್ರಿ ವೇಳೆ ಲಘು ಆಹಾರವೇ ಅವರಿಗೆ ಅಭ್ಯಾಸ. ಸ್ವಲ್ಪ ಹಣ್ಣು, ಹಾಲು ಮಾತ್ರ ಕುಡಿದು ವಾಪಸಾದರು. ಭದ್ರತೆಯ ಹೊಣೆ ಹೊತ್ತ ಸಿಬ್ಬಂದಿ ಮಾರನೇ ದಿನದ ಅಧಿಕೃತ ಪ್ರಯಾಣದ ಕುರಿತು ಮಾಹಿತಿ ನೀಡಲು ಅಲ್ಲಿ ಕಾದು ನಿಂತಿದ್ದರು. ತನ್ನ ಸಂಶಯಗಳೆಲ್ಲವೂ ಪರಿಹಾರಗೊಂಡ ಖುಷಿಯೊಂದಿಗೆ ಸೆಲ್ಯೂಟ್ ಹೊಡೆದು ಅವರು ಕೂಡ ಅಲ್ಲಿಂದ ತೆರಳಿದಾಗ ಅರಮನೆಯ ವಿಶಾಲವಾದ ಮಹಡಿಯಲ್ಲಿ ಅವರು ಮತ್ತು ಗಿಳಿ ಮಾತ್ರವೇ ಉಳಿದರು.

ಸಮುದ್ರಕ್ಕೆ ಅಭಿಮುಖವಾಗಿದ್ದ ತನ್ನ ಕುರ್ಚಿಯಲ್ಲಿ ಪುನಃ ಅವರು ಕುಳಿತರು. ಅತ್ತಿಂದಿತ್ತ ಹಾರುತ್ತಾ ಆಟವಾಡುತ್ತಿದ್ದ ಗಿಳಿ ಪುನಃ ಬಂದು ಅವರ ಬಲ ಕೈ ಸಮೀಪ

ಕುಳಿತುಕೊಂಡಿತು. ಅದಾಗಲೇ ತಂದಿಟ್ಟಿದ್ದ ಹಣ್ಣುಗಳಲ್ಲಿ ದ್ರಾಕ್ಷಿಯೊಂದನ್ನು ತೆಗೆದುಕೊಂಡು ಅವರು ಗಿಳಿಯತ್ತ ನೋಡಿದರು. ಅದು ಕೂಡಲೇ ಅದನ್ನು ಕೊಕ್ಕಿನಿಂದ ತೆಗೆದುಕೊಂಡು ತಿಂದ ಬಳಿಕ ಅಪರಿಚಿತ ಭಾಷೆಯಲ್ಲಿ ಕೃತಜ್ಞತೆ ಸಲ್ಲಿಸಿತು.

"ರಾತ್ರಿಯಾಯಿತಲ್ಲವೇ, ಹೋಗಬೇಡವೇ? ಇಲ್ಲಿ ಗಿಳಿಯ ಗೂಡು ಕೂಡ ಇಲ್ಲವಲ್ಲ. ಬೆಕ್ಕು ಏನಾದರೂ ಬಂದರೆ?"

ಗಿಳಿಯನ್ನು ವಾಪಸ್ ಕಳುಹಿಸಲು ಮನಸ್ಸಿಲ್ಲದಿದ್ದರೂ ಅದರ ಸಂರಕ್ಷಣೆಯನ್ನು ಖಾತರಿಪಡಿಸುವ ಸಲುವಾಗಿ ಸುಮ್ಮನೆ ಉಪಚಾರಕ್ಕೆ ಕೇಳಿದರು.

ತಾನು ಹೋಗುವುದಿಲ್ಲ ಎಂಬ ಅರ್ಥದಲ್ಲಿ ಗಿಳಿ ತಲೆ ಅಲ್ಲಾಡಿಸಿತಲ್ಲದೆ ಪುನಃ ಏನೇನನ್ನೋ ಹೇಳತೊಡಗಿತು. ಅದು ತನ್ನ ಕೊಕ್ಕನ್ನು ಮೇಲಕ್ಕೆ ತೋರಿಸಿ ಏನೇನೋ ಹೇಳಿತು. ಅವರು ಪ್ರೀತಿಯಿಂದ ಅದನ್ನು ನೇವರಿಸಿದರು.

"ಹಾಗಾದರೆ ಹೋಗಬೇಡ. ನಾನು ಸುಮ್ಮನೆ ಹೇಳಿದೆ ಅಷ್ಟೆ". ಅದು ಅರ್ಥವಾದಂತೆ ಗಿಳಿ ಏನೇನೋ ಶಬ್ದಗಳನ್ನು ಮಾಡಿತು. ಗಿಳಿಯು, ಅವರು ಮತ್ತು ಅವರ ಪತ್ನಿ ಕೆಲವು ದಿನಗಳಲ್ಲಿ ರಾತ್ರಿಯ ಭೋಜನ ಮಾಡುವ ಮೇಜಿನ ಬಳಿಗೆ ಹಾರಿಹೋಯಿತು. ಸಾಮಾನ್ಯವಾಗಿ ಅದು ಅವರಿಗೆ ರಾತ್ರಿಯ ಊಟದ ಬಳಿಕ ಪತ್ನಿಯೊಂದಿಗೆ ಮಾತನಾಡುತ್ತಾ ಕಾಲ ಕಳೆಯುವ ಸಮಯವಾಗಿತ್ತು. ಅತ್ಯಗತ್ಯವಾದ ಕೆಲವು ಕೆಲಸಗಳನ್ನು ಮುಗಿಸಬೇಕಾಗಿದ್ದು, ಎರಡು ದಿನಗಳೊಳಗಾಗಿ ತಾನು ವಾಪಸಾಗುವೆ ಎಂದು ಹೇಳಿ ಅವರ ಪತ್ನಿ ಊರಿಗೆ ಹೋಗಿದ್ದರು. ಹಾಗಾಗಿ ಕಳೆದ ಒಂದು ವಾರದಿಂದ ಅರಮನೆಯಲ್ಲಿ ಅವರೊಬ್ಬರೇ ಇದ್ದರು. ಅಗತ್ಯ ಕೆಲಸಗಳಿಗಲ್ಲ, ಮೊಮ್ಮಕ್ಕಳಿಗೆ ರಜಾದಿನವಾದ್ದರಿಂದ ಅವರು ಮನೆಯಲ್ಲಿರುತ್ತಾರೆ ಎಂಬ ಕಾರಣದಿಂದ ಆಕೆ ಊರಿಗೆ ಹೋಗಿದ್ದು, ಶಾಲೆ ತೆರೆಯದೆ ಆಕೆ ಹಿಂತಿರುಗುವುದಿಲ್ಲ ಎಂಬುದು ಅವರಿಗೆ ಮೊದಲೇ ಗೊತ್ತಿತ್ತು. ಹಾಗೆಯೇ ಎಲ್ಲವೂ ನಡೆಯಿತು.

"ನಿನ್ನೆ ಹೊರಡಲು ತಯಾರಾಗಿದ್ದೆ. ಮಕ್ಕಳು ಬಿಡುತ್ತಿಲ್ಲ. ಇನ್ನೂ ಎರಡು ದಿನ ಕಳೆದು ಬಂದರೆ ಸಾಕಲ್ಲವೇ?" ಎಂದು ಅಂದು ಬೆಳಗ್ಗೆ ಪತ್ನಿ ಫೋನ್ ಮಾಡಿ ಕೇಳಿದ್ದಳು. "ಹೇಗಿದ್ದರೂ ತಡವಾಗಿದೆ. ಮೊಮ್ಮಕ್ಕಳಿಗೆ ಶಾಲೆ ತೆರೆದ ಬಳಿಕ ಬಂದರೆ ಸಾಕು" ಎಂದು ಉತ್ತರವನ್ನೂ ಕೊಟ್ಟಿದ್ದೆ.

"ಹಾಗಾದರೆ ಹಾಗೇ ಆಗಲಿ" ಎಂದು ಪತ್ನಿ ತಕ್ಷಣವೇ ಫೋನ್ ಕೆಳಗಿಟ್ಟಿದ್ದರು. ಮೊಮ್ಮಕ್ಕಳನ್ನು ನೋಡಬೇಕು, ಅವರೊಂದಿಗೆ ಕಾಲ ಕಳೆಯಬೇಕು ಎಂದು ಅವರೊಳಗಿನ ಅಜ್ಜ ಆಸೆಪಟ್ಟರೂ ಮಾಡಿ ಮುಗಿಸಬೇಕಾದ ಕರ್ತವ್ಯಗಳ ಬಗ್ಗೆ ನೆನಪಾಗಿ ಕೂಡಲೇ ಅದರಿಂದ ಹೊರಬಂದರು.

ಸಮುದ್ರದ ಒದ್ದೆ ಗಾಳಿ ಒಂದು ಆಲಸಿ ಸುಖದಂತೆ ಅಲೆಲ್ಲ ಆವರಿಸಿತು. ಬಣ್ಣದ ಬೆಳಕಿನಿಂದ ಸಿಂಗರಿಸಿಕೊಂಡ ದೊಡ್ಡ ಹಡಗುಗಳು ಪಯಣಿಗರೊಂದಿಗೆ ಸಮುದ್ರದಲ್ಲಿ ಸಾಗುತ್ತಿವೆ. ಎರಡು ವರ್ಷಗಳಿಂದ ಜಗತ್ತನ್ನು ಆವರಿಸಿಕೊಂಡಿರುವ

ಸಾಂಕ್ರಾಮಿಕ ಕಾಯಿಲೆ ಮುಕ್ತಾಯಗೊಳ್ಳುವ ಸೂಚನೆಯಾಗಿರಬಹುದು ಇದು. ಕಳೆದ ಅದೆಷ್ಟೋ ವಾರಗಳಿಂದ ಪಯಣಿಗರಿಲ್ಲದೆ ಸಮುದ್ರ ಖಾಲಿಯಾಗಿರುವುದನ್ನು ನೋಡಬಹುದಿತ್ತು. ಗಣಿಗಾರಿಕೆಯಿಂದ, ಪ್ರವಾಸಿಗರಿಂದ, ಹಡಗಿನ ಸಿಬ್ಬಂದಿಗಳ ಮೂಲಕ ಉದಯಿಸುವ ನಾಡಿದು. ಹಣದ ವ್ಯಾಮೋಹಿಗಳು ಪ್ರಕೃತಿಯನ್ನು ಬಗೆದು ತಿನ್ನಲು ಆರಂಭಿಸಿದಾಗ ಗಣಿಗಾರಿಕೆಯನ್ನು ಸ್ಥಗಿತಗೊಳಿಸಲಾಯಿತು. ಪ್ರಕೃತಿ ಅಷ್ಟರ ಮಟ್ಟಿಗೆ ಹಾಳಾಗಿ ಹೋಗಿದೆ. ಆದಾಯ ಸ್ವಲ್ಪ ಕಡಿಮೆಯಾದರೂ ಜನರ ಸಂತೋಷಕ್ಕಾಗಲಿ, ಹಬ್ಬ ಆಚರಿಸುವ ಸಂಭ್ರಮಕ್ಕಾಗಲಿ ಕೊರತೆ ಕಂಡುಬಂದಿಲ್ಲ.

ಹಿಂದೆ ಅವರೆಲ್ಲರೂ ಹಸುಗಳನ್ನು ಸಾಕಿ, ಕೃಷಿಮಾಡಿ ಮೀನು ಹಿಡಿದು ಸಂತೃಪ್ತಿಯಿಂದ ಜೀವನ ಸಾಗಿಸುತ್ತಿದ್ದರು. ಎಲ್ಲವನ್ನೂ ತಮ್ಮದಾಗಿಸಿಕೊಳ್ಳಬೇಕೆಂಬ ಅತಿಯಾಸೆ, ಅದಕ್ಕೆ ತಡೆಯೊಡ್ಡುವವರನ್ನು ಕೊಲ್ಲಬೇಕೆಂಬ ರಾಕ್ಷಸೀಪ್ರವೃತ್ತಿಯೊಂದಿಗೆ ವಿದೇಶಿಯರು ಬಂದರು. ಸ್ಥಳೀಯರು ಬಿರುಗಾಳಿಗೆ ಸಿಲುಕಿದ ಹಡಗಿನಂತಾದರು. ಹಲವರು ಕ್ರೂರ ಹತ್ಯೆಗೊಳಗಾದರು. ಜೀವಭಯದಿಂದ ಸಂಪಾದಿಸಿದ್ದೆಲ್ಲವನ್ನೂ ಅಲ್ಲೇ ಬಿಟ್ಟು ಸಾವಿರಾರು ಮಂದಿ ಪಲಾಯನಗೈದರು. ಮನುಷ್ಯನ ರಕ್ತ ಅಲ್ಲಿನ ಮಣ್ಣನ್ನು ರಕ್ತಮಯವಾಗಿಸಿತು. ಬೇರೆ ವಿಧಿ ಇಲ್ಲದೆ ಎಲ್ಲದರ ಜತೆ ಅವರಿಗೆ ಹೊಂದಾಣಿಕೆ ಮಾಡಿಕೊಳ್ಳಬೇಕಾಯಿತು. ಹಾಗೆ ಸಂಸ್ಕೃತಿಗಳು ಸಮ್ಮಿಲನಗೊಂಡವು. ರಕ್ತ ಕೂಡ ಒಂದಕ್ಕೊಂದು ಸೇರಿಕೊಂಡಿತು. ಕಠಿಣ ಪರಿಶ್ರಮ ಮತ್ತು ಉತ್ಸಾಹ ತುಂಬಿದ ನಾಡಿನಲ್ಲಿ ಮಿತಿಯಿಲ್ಲದ ಸಂಭ್ರಮ ಹಾಗೂ ಸಾಹಸಿಕತೆ ಸೇರ್ಪಡೆಗೊಂಡಿತು. ಕೊನೆಯಲ್ಲಿ ಅವರ ಬಂಧುಗಳು ಆಗಮಿಸಿ ವಿದೇಶಿಯರನ್ನು ಹೊಡೆದೋಡಿಸಿ ಅವರನ್ನು ಸ್ವತಂತ್ರರನ್ನಾಗಿ ಮಾಡಿದರು. ಪುನಃ ಹಿಂದಿನ ಶಾಂತಭಾವಕ್ಕೆ ಸ್ಥಳೀಯರ ಮನಸ್ಸು ವಾಪಸಾಗತೊಡಗಿತು. ಆದರೆ ಸಂಭ್ರಮವನ್ನು ಕಳೆದುಕೊಳ್ಳಲು ಮಾತ್ರ ಅವರ ಮನಸ್ಸು ಹಿಂದೇಟು ಹಾಕತೊಡಗಿತು.

ಅಧಿಕಾರಕ್ಕಾಗಿನ ಎಡೆಬಿಡದ ಸ್ಪರ್ಧೆ ಹಾಗೂ ವ್ಯಾಮೋಹದ ಬಗ್ಗೆ ನೆನಪಿಸಿಕೊಂಡಾಗ ಅವರಲ್ಲಿ ನಗು ಅರಳಿತು. ಆದರೆ ಆ ನಗುವಲ್ಲಿ ಸಂತೋಷವಿರಲಿಲ್ಲ. ಯಾವುದನ್ನೂ ಆಕ್ರಮಿಸದೆ, ಯಾರನ್ನೂ ತುಳಿಯದೆ ತಾನು ಹೇಗೆ ಅತ್ಯುನ್ನತ ಪದವಿಗೆ ಬಂದೆ ಎಂದೆಣಿಸಿದಾಗ ಅವರಿಗೆ ಆಶ್ಚರ್ಯವಾಯಿತು. ಎಲ್ಲವೂ ಪ್ರಪಂಚದ ನಿಯಮಗಳು ಎಂದೆನ್ನುತ್ತಾ ಅವರು ಎದ್ದುನಿಂತರು.

"ಇಲ್ಲಿ ಕೂತರೆ ಬೆಕ್ಕು ಹಿಡಿಯುತ್ತದೆ. ಒಳಗೆಲ್ಲಾದರೂ ಹತ್ತಿ ಕುಳಿತುಕೋ" ಅವರು ಗಿಳಿಗೆ ಹೇಳಿದರು. ಗಿಳಿ ಅದು ಕೇಳಿಸಿಕೊಳ್ಳದಂತೆ ತನ್ನ ಹಾರಾಟವನ್ನು ಮುಂದುವರಿಸಿತು. ಅವರು ಒಳಗಿನ ಕೋಣೆಯತ್ತ ಸಾಗಿದರು. ಬಾಗಿಲು ಮುಚ್ಚಲಿಲ್ಲ. ಗಿಳಿಗೆ ಬೇಕೆನಿಸಿದಾಗ ಒಳಗೆ ಬಂದು ವಿಶ್ರಾಂತಿ ಪಡೆಯಬಹುದಲ್ಲ ಎಂದೆಣಿಸಿದರು.

ಅರಮನೆಯ ಸುತ್ತಲಿನ ಸಮುದ್ರದ ನೀರಿನ ಮಟ್ಟ ಅತ್ಯಂತ ವೇಗದಲ್ಲಿ ಏರುತ್ತಿರುವುದು ಕಂಡುಬಂತು. ನೀರಿನ ಮಟ್ಟ ಹೆಚ್ಚಾಗುತ್ತಾ ಸುತ್ತಲಿನ

ಪ್ರದೇಶವನ್ನು ಆವರಿಸಿಕೊಳ್ಳುತ್ತಿರುವುದು, ಅರಮನೆ ಪ್ರವಾಹದಲ್ಲಿ ಸಿಲುಕಿಕೊಂಡ ಹಡಗಿನಂತೆ ತೇಲಾಡುತ್ತಿರುವುದನ್ನು ನೋಡಿ ಅವರು ಅಸಹಾಯಕರಾದರು. ಬಿಸಿರಕ್ತದ ತೀಕ್ಷ್ಣ ವಾಸನೆಯಿಂದ ಹೊಟ್ಟೆ ತೊಳಸಿಬಂತು. ಅರಮನೆಯನ್ನು ಆವರಿಸಿಕೊಳ್ಳುತ್ತಿರುವುದು ಸಮುದ್ರದ ನೀರಲ್ಲ, ರಕ್ತದ ಕಡಲು ಎಂದು ಆಗಷ್ಟೇ ಗೊತ್ತಾಗಿತ್ತು. ಬೇರ್ಪಡಿಸಿದ ರುಂಡ ಮುಂಡಗಳು ಆ ಅರಮನೆಯ ಸುತ್ತಲೂ ತೇಲುತ್ತಿವೆ. ಕೊನೆಗೆ ಅವರೆಣಿಕೆಯಂತೆ ಅದು ಕೂಡ ಸಂಭವಿಸಿತು. ರಕ್ತದ ಕಡಲು ಅರಮನೆಯ ಕೆಳಮಹಡಿಯನ್ನು ಆವರಿಸಿಕೊಳ್ಳುತ್ತಿದೆ! ಅದು ಪನಃ ಹೆಚ್ಚಾಗುತ್ತಾ ಬಂತು. ಬಾಲ್ಕನಿಯ ಸ್ಫಟಿಕದ ತಡೆಗೋಡೆಯನ್ನು ದಾಟಿ ಆವರಣದೊಳಕ್ಕೆ ನುಗ್ಗಿ ಅಲ್ಲಿಂದ ತನ್ನ ಮಲಗುವ ಕೋಣೆಗೆ ರಭಸದಿಂದ ಮುನ್ನುಗ್ಗುತ್ತಿರುವುದನ್ನು ನೋಡಿ ಅವರಿಗೆ ದನಿ ಹೊರಡಿಸಲೂ ಸಾಧ್ಯವಾಗಲಿಲ್ಲ. ವಿಷಾದ, ಅಸಹ್ಯವಾದ ನೋವಿನಿಂದ ಉಸಿರುಗಟ್ಟಿ ಅವರು ಅಳಲು ಶುರು ಮಾಡಿದರು. ಮಾರುತ್ತರವಿಲ್ಲದೆ ಆ ವಿಲಾಪ ಏಕಾಂತದಲ್ಲಿ ಲೀನವಾಯಿತು.

ಆಗ ತನ್ನನ್ನಾರೋ ಪ್ರೀತಿಯಿಂದ ನೇವರಿಸುವಂತೆ ಭಾಸವಾಯಿತು. ಮನಸ್ಸನ್ನು ಅಲ್ಲೋಲಕಲ್ಲೋಲಗೊಳಿಸಿದ ದುಃಸ್ವಪ್ನಗಳಿಂದ ಅವರು ಬೆಚ್ಚಿ ಎದ್ದರು. ಮಂದ ಬೆಳಕಿನಲ್ಲಿ ಗಿಳಿ ಕಾಣಿಸಿತು! ಕೊಕ್ಕಿನಿಂದ ತನ್ನನ್ನು ಸಾಂತ್ವನಗೊಳಿಸಿದ್ದು ಗಿಳಿ ಎಂದು ಗೊತ್ತಾಯಿತು. ಜನ್ಮಜನ್ಮಾಂತರದ ಏನೋ ಸಂಬಂಧ ಈ ಗಿಳಿಯೊಂದಿಗೆ ಇದೆ ಎಂದು ಅನಿಸಿತು.

ಕೆಲವು ದಿನಗಳ ಅಧಿಕೃತ ಯಾತ್ರೆಗೆ ಹೊರಡುವಾಗ ಗಿಳಿಯನ್ನು ಯಾರು ನೋಡಿಕೊಳ್ಳುತ್ತಾರೆ ಎಂಬ ಚಿಂತೆ ಅವರನ್ನು ಕಾಡತೊಡಗಿತು. ತಾನು ಆ ಕೆಲಸವನ್ನು ವಹಿಸಿಕೊಳ್ಳುತ್ತೇನೆ ಎಂದು ಸೇವಕ ಒಪ್ಪಿಕೊಂಡ. ಕರ್ತವ್ಯನಿಷ್ಠೆಯುಳ್ಳ ಸೇವಕನಾಗಿದ್ದ ಆತ.

ತಾನು ಹೋಗಬೇಕಿದ್ದ ಜಾಗ ತಲುಪಿದೊಡನೆಯೇ ಅವರು ಫೋನ್ ಮಾಡಿ ಮೊದಲು ಗಿಳಿಯ ಬಗ್ಗೆ ಕೇಳಿದರು. “ಸರ್, ನೀವು ಹೋದ ಕೂಡಲೇ ಹೊರಗೆ ಹೋದ ಗಿಳಿ ಇದುವರೆಗೂ ಬಂದಿಲ್ಲ” ಅದನ್ನು ಕೇಳಿ ಅವರಲ್ಲಿ ಅಪಾರ ನೋವು ತುಂಬಿಕೊಂಡಿತು. ಅದೆಷ್ಟು ಬೇಗ ಅದು ತನ್ನ ಜೀವನದ ಭಾಗವಾಗಿತ್ತು. ಅದಿನ್ನು ವಾಪಸ್ ಬರುವುದಿಲ್ಲವೇ? ತಕ್ಷಣವೇ ತನ್ನೊಳಗೆ ಆರನೇ ಇಂದ್ರಿಯ ಕಾರ್ಯನಿರ್ವಹಿಸುತ್ತಿದ್ದಂತೆ ಅನಿಸಿತು.

ಗಿಳಿ ಇನ್ನೂ ಬರುತ್ತದೆ. ಉದಾಸೀನನಾಗಿರುವಾಗ, ವಿಷಾದದಲ್ಲಿ ಮುಳುಗಿರುವಾಗ ಸ್ನಿಗ್ಧವಾದ ನೇವರಿಕೆಯೊಂದಿಗೆ ಗಿಳಿ ಬಾರದೇ ಇರದು.

ಸಂಧ್ಯಾಕಾಲ

ಬಾಗಿಲು ಮುಚ್ಚಿ ಬೀಗ ಹಾಕಿ ಕೀಲಿಕೈಯನ್ನು ಹತ್ತಿರದ ಸಂಬಂಧಿಕ ಹುಡುಗನ ಕೈಗೆ ಕೊಡುವಾಗ ಕಲ್ಯಾಣಿಯಮ್ಮನಿಗೆ ದುಃಖವಾಗಿತ್ತು. ಮೆಟ್ಟಿಲುಗಳನ್ನು ಇಳಿಯುವಾಗ ಅವರು ಹಿತ್ತಲಿನತ್ತ (ಹಿರಿಯರ ಅಂತ್ಯಸಂಸ್ಕಾರ ನಡೆಸಿದ ಸ್ಥಳ) ನೋಡಿ, ಮೌನವಾಗಿಯೇ ವಿದಾಯ ಕೇಳಿದರು. ನೆನಪುಗಳು ಒಂದೊಂದಾಗಿ ಅವರಲ್ಲಿ ಮಹಾಮಳೆಯಂತೆ ಹರಿಯತೊಡಗಿತು.

"ಅಪ್ಪುವೇಟ್ಟಾ (ಅಪ್ಪು ಅಣ್ಣಾ, ಮಲಯಾಳಂನಲ್ಲಿ ಪತಿಯನ್ನು ಚೇಟ್ಟ, ಅಥವಾ ಏಟ್ಟ ಎಂದು ಹಲವರು ಕರೆಯುತ್ತಾರೆ), ನಾನು ಮೊದಲು ತೀರಿಹೋದರೆ ನೀವೇನು ಮಾಡುತ್ತೀರಿ?"

"ನಾನು ನನ್ನ ಜತೆ ಕಲಿತ ಭಾನುಮತಿಯನ್ನು ಮದುವೆಯಾಗಿ ಸಂತೋಷದಿಂದ ಬದುಕುತ್ತೇನೆ."

"ಮೊಮ್ಮಕ್ಕಳಾದರೂ ಹಳೆಯ ಭಾನುಮತಿಯನ್ನು ಮಾತ್ರ ಈ ಮುದುಕ ಮನಸ್ಸಿನಿಂದ ದೂರಮಾಡಿಲ್ಲ" ಕಲ್ಯಾಣಿಯಮ್ಮ ಕೋಪಗೊಂಡರು.

"ನಾನು ಸುಮ್ಮನೆ ಹೇಳಿದ್ದಲ್ಲವೆ. ಕಲ್ಯಾಣಿ ನೀನು ಹೋದರೆ ಈ ಮನೆಯೇ ನಿದ್ರೆ ಮಾಡಿದಂತಾಗುತ್ತದೆ. ಮತ್ತೆ ಯಾರಿದ್ದರೆ ಏನಂತೆ?"

ಕಲ್ಯಾಣಿಯಮ್ಮನ ಮುಖದಲ್ಲಿ ಆಗ ನಿಗೂಢವಾದ ಒಂದು ಸಂತೋಷ ಮನೆಮಾಡಿತು.

"ಆದರೆ ನನಗಿಂತ ಮುಂಚೆ ನೀನು ಸಾಯಬೇಕು. ಅದೇ ನನ್ನ ಆಸೆ"

"ದುಷ್ಟರು ನೀವು" ಕಲ್ಯಾಣಿಯಮ್ಮ ಮಗ್ಗುಲು ಬದಲಿಸಿ ಮಲಗಿದರು.

"ಹಾಗಲ್ಲ ಕಲ್ಯಾಣಿ, ನಾನು ತೀರಿಕೊಂಡರೆ ನಿನ್ನ ಪರಿಸ್ಥಿತಿ ಏನಾಗಬಹುದು ಎಂದು ಯೋಚಿಸಿದರೆ ನನ್ನ ಆತ್ಮಕ್ಕೆ ಶಾಂತಿ ಸಿಗುವುದೇ ಇಲ್ಲ"

ಕಲ್ಯಾಣಿಯಮ್ಮ ತುಂಬಾ ಕರುಣೆಯಿಂದ ಪತಿಯನ್ನು ಅಪ್ಪಿಕೊಂಡರು. ಕಣ್ಣೀರು ಧಾರೆಧಾರೆಯಾಗಿ ಹರಿಯಿತು.

"ದೊಡ್ಡಮ್ಮ ಏಕೆ ಅಳುತ್ತಿದ್ದೀರಿ?"

"ಏನೂ ಇಲ್ಲ ಮಗ, ಪ್ರಾಯವಾದವರಿಗೆ ಕಣ್ಣೀರು ಹಾಕಲು ಬಹಳ ಕಾರಣಗಳಿರುತ್ತವೆ."

ವಾಹನದೊಳಗೆ ಹತ್ತುವಾಗ ಅವರು ಕೊನೆಯ ನೋಟ ಎಂಬಂತೆ ತಾನು ಮದುವೆಯಾಗಿ ಮೊದಲ ಹೆಜ್ಜೆ ಇಟ್ಟು ಒಳಬಂದ ಮನೆಯತ್ತ ನೋಡಿದರು. ಮನೆ ಕೂಡ ಕಲ್ಯಾಣಿಯಮ್ಮನನ್ನು ನೋಡಿ ಮೌನವಾಯಿತು. ಹಿತ್ತಲಿನ ಮಾವು, ಹಲಸಿನ ಮರಗಳು, ಬಾಳೆಗಿಡಗಳೆಲ್ಲ ವಿಷಾದದಿಂದ ಮೌನವಾಗಿ ನಿಂತವು.

'ಸ್ನೇಹತೀರಂ' ಒಂದು ಸಾಧಾರಣ ವೃದ್ಧಾಶ್ರಮವಲ್ಲ. ಆಗರ್ಭ ಶ್ರೀಮಂತರು, ಕೆಲಸದ ಒತ್ತಡಗಳಿಂದಾಗಿ ತಂದೆ ತಾಯಿಯನ್ನು ನೋಡಿಕೊಳ್ಳಲು ಸಾಧ್ಯವಾಗದಿರುವವರು, ಹೆತ್ತವರು ತಮ್ಮ ಬದುಕಿನ ಕೊನೆಯ ಗಳಿಗೆಯನ್ನು ಸಂತೋಷದಿಂದ ಕಳೆಯುವಂತೆ ಮಾಡಲು ಆರಿಸಿಕೊಂಡ ವಿಶ್ರಾಂತಿ ತಾಣವದು. ಅಲ್ಲಿ ಗಾಳಿ, ಬೆಳಕು ಯಥೇಚ್ಛವಾಗಿದೆ. ಖಾಸಗಿತನಕ್ಕೆ ಧಕ್ಕೆಯಾಗದಂತಹ ವಿಶಾಲವಾದ ಮಲಗುವ ಕೋಣೆಗಳಿವೆ. ಅದರಲ್ಲಿ ಕಿಂಗ್ ಸೈಜ್ ಬೆಡ್‌ಗಳಿವೆ. ಅದರ ಮೇಲೆ ಶುಭ್ರವಾದ, ಸುಂದರವಾದ ಬೆಡ್‌ಶೀಟ್‌ಗಳನ್ನು ಹಾಕಲಾಗಿದೆ. ಜತೆಗೆ ಹೊದಿಕೆಗಳಿವೆ. ಕೆತ್ತನೆ ಕೆಲಸದ ಆಕರ್ಷಕ ಡೈನಿಂಗ್ ಟೇಬಲ್‌ಗಳು, ಕುರ್ಚಿಗಳು, ವಿಶ್ರಾಂತಿ ಪಡೆಯಲು, ಓದಲು, ಬರೆಯಲು ಅನುಕೂಲವಾದ ಸೋಫಾ ಸೆಟ್‌ಗಳು, ಮೇಜು, ಟೇಬಲ್ ಲ್ಯಾಂಪ್‌ಗಳಿವೆ. ಯಾವುದೇ ಸೇವೆ ಬೇಕೆನಿಸಿದಾಗ ಅದು ಲಭ್ಯವಾಗಲು ಫೋನ್ ನಂಬರ್‌ಗಳನ್ನು ಬರೆದು ಗೋಡೆಯಲ್ಲಿ ಅಂಟಿಸಲಾಗಿದೆ. ಆ ನಂಬರ್‌ಗೆ ಕರೆಮಾಡಲು ಇಂಟರ್‌ಕಾಮ್ ವ್ಯವಸ್ಥೆಯೂ ಇದೆ. ವೃದ್ಧಾಶ್ರಮದ ನಿವಾಸಿಗಳನ್ನು ಸಂತೋಷಗೊಳಿಸಲು 32 ಇಂಚಿನ ಟಿವಿ, ಏರ್‌ಕಂಡೀಷನ್, ಸ್ನಾನದ ಕೋಣೆಯಲ್ಲಿ ಹೀಟರ್, ಶವರ್, ವಿಶಾಲವಾದ ಡೈನಿಂಗ್ ಹಾಲ್‌ಗಳಿವೆ. ಒಂಟಿತನ ಇಷ್ಟವಿಲ್ಲದವರಿಗಾಗಿ ಕುಳಿತು ಮಾತನಾಡಲು ಕೋಣೆಗಳಿವೆ. ಅದರಲ್ಲಿ ಕ್ಯಾರಂಬೋರ್ಡ್, ಕಾರ್ಡ್ಸ್, ಚೆಸ್ ಆಡಲು ಸೌಕರ್ಯಗಳು ಇವೆ. ಒಗೆದು ಇಸ್ತ್ರಿ ಹಾಕಿದ ಉಡುಪುಗಳನ್ನು ಬೆಳಗ್ಗೆಯೇ ಸಹಾಯಕರು ಕೋಣೆಗೆ ತಲುಪಿಸುತ್ತಾರೆ. ಡಯಟ್ ನೋಡಲು, ಫಿಸಿಯೋಥೆರಪಿ ಮಾಡಿಸಲು ಪರಿಣತರು ಅಲ್ಲಿದ್ದಾರೆ. ಸೂಕ್ತ ಸಮಯಕ್ಕೆ ವೈದ್ಯರ ಸಲಹೆ ದೊರೆಯುತ್ತದೆ. ರಾತ್ರಿ ಹಗಲೆನ್ನದೆ ಸದಾ ಸೇವಾ ನಿರತರಾಗಿರುವ ಸಿಬ್ಬಂದಿಯೂ ಅಲ್ಲಿದ್ದಾರೆ. ಇಷ್ಟವಾದ ಆಹಾರ ನೀಡಲು ಅಡುಗೆ ಕೋಣೆಯೂ ಅಲ್ಲಿದೆ.

'ಸ್ನೇಹತೀರಂ' ಎಂಬ ಹೆಸರು ಕೇಳುವಾಗ ಮೊದಲು ಮನಸ್ಸಿನಲ್ಲಿ ಮೂಡುವ ಚಿತ್ರವೆಂದರೆ ಆರು ಮಹಡಿಗಳುಳ್ಳ ಬೃಹತ್ ಕಟ್ಟಡದ ಮುಂಭಾಗದಲ್ಲಿ ಒಂದು ಎಕರೆಗಿಂತಲೂ ಅಧಿಕ ವಿಸ್ತೀರ್ಣದಲ್ಲಿ ಹರಡಿ ಮಂದಹಾಸ ಬೀರುತ್ತಿರುವ ಸುಂದರ ಉದ್ಯಾನವನ. ವರ್ಷಗಳು ಕಳೆದರೂ ಮೊಣಕಾಲಿಗಿಂತ ಎತ್ತರ ಬೆಳೆಯಲು ಸಾಧ್ಯವಾಗದೇ ಇರುವುದಕ್ಕೆ ಸ್ವಲ್ಪವೂ ಬೇಸರಿಸದೆ ಹೂ, ಹಣ್ಣು ಬಿಟ್ಟು ನಿಂತಿರುವ ನೂರಾರು ಮರಗಳು. ಸ್ವದೇಶಿ ಹಾಗೂ ವಿದೇಶಿ ತಳಿಯ ಗುಲಾಬಿ ಗಿಡಗಳು, ಬಿರುಬಿಸಿಲಲ್ಲೂ ಸುವಾಸನೆ ಬೀರುತ್ತಿರುವ ಕಾಡುಸಂಪಿಗೆ. ವಿಶಾಲವಾಗಿ ಹರಡಿರುವ ಬೋಗನ್‌ವಿಲ್ಲಾಗಳು, ಮೈತುಂಬಾ ಹಣ್ಣುಗಳಿಂದ ತುಂಬಿರುವ ಜಂಬೂಹಣ್ಣು, ಸಪೋಟ. ಇವುಗಳ ಮಧ್ಯೆ ಅತಿರಥ ಮಹಾರಥರಂತೆ ಬೆಳೆದು ನಿಂತು ತಂಪು ನೀಡುವ ಮಾವು, ಹಲಸಿನ ಮರಗಳು. ಸ್ನೇಹತೀರಂನ ಸುತ್ತಮುತ್ತ ಒಂದು ರೀತಿಯ ಉಲ್ಲಾಸದ ಗಾಳಿ ಬೀಸುತ್ತಿರುವುದಾಗಿ ಅಲ್ಲಿಗೆ ಬರುವವರಿಗೆ ಅನುಭವವಾಗುತ್ತದೆ. ಯುವ ಸ್ವಾಮೀಜಿಯೊಬ್ಬರ ಕರುಣೆಯ ಮಂದಿರವಾಗಿತ್ತು ಅದು. ಸ್ನೇಹತೀರಂನ ಮುಖ್ಯ ಸಾರಥಿಯೂ ಅವರೇ ಆಗಿದ್ದರು. ಆದರೆ ಅಲ್ಲಿ ಸಂತೋಷದಿಂದ ಇರಲು ಕಲ್ಯಾಣಿಯಮ್ಮನಿಗೆ ಸಾಧ್ಯವಾಗಲಿಲ್ಲ. ಇಲಂಜಿಕ್ಕಲ್ ತರವಾಡಿನ (ಹಿರಿಯರು ವಾಸಿಸುತ್ತಿದ್ದ ಮನೆ. ಇಲಂಜಿಕ್ಕಲ್ ಎನ್ನುವುದು ಮನೆತನದ ಹೆಸರು) ಸಕಲ ಜೀವಜಾಲಗಳು ಅವರನ್ನು ವಾಪಸ್ ಕರೆಯುತ್ತಲೇ ಇತ್ತು. ದಕ್ಷಿಣ ಭಾಗದ ಹಿತ್ತಲಿನಿಂದ (ಹಿರಿಯರನ್ನು ಅಂತ್ಯಸಂಸ್ಕಾರ ನಡೆಸಿದ ಸ್ಥಳ) ಅಪ್ಪುವೇಟ್ಟನ್ ಕೇಳಿದರು.

"ಕಲ್ಯಾಣಿ, ನೀನ್ಯಾಕೆ ನಮ್ಮನ್ನೆಲ್ಲ ಒಂಟಿಯಾಗಿಸಿ ಅಲ್ಲಿ ಬೇಸರದಿಂದ ಕುಳಿತುಕೊಂಡಿರುವಿ?"

ಆ ಮನೆಯ ನಾಲ್ಕು ದಶಕಗಳಿಂದ ಪರಿಚಿತವಾಗಿರುವ ಕೋಣೆಗಳು ಒಂದೊಂದಾಗಿ ಅವರನ್ನು ಕರೆಯುತ್ತಲೇ ಇತ್ತು.

"ಕಲ್ಯಾಣಿ, ನೀನೊಮ್ಮೆ ಬಂದು ಒಲೆಯನ್ನು ಉರಿಸಿ ಹೋಗು "

"ಕಲ್ಯಾಣಿ, ನೀನು ಈ ಊಟದ ಕೋಣೆಯಲ್ಲಿ ಒಂದಿಷ್ಟು ಸಮಯ ಕುಳಿತುಕೋ.."

"ಕಲ್ಯಾಣಿ, ನೀನು ಈ ಹಾಸಿಗೆಯಲ್ಲಿ ಸ್ವಲ್ಪ ಹೊತ್ತು ಮಲಗು "

ತನ್ನ ನೇವರಿಕೆ, ನೀರುಣಿಸುವಿಕೆ ಯಾವುದೂ ಇಲ್ಲದೆ ಹಿತ್ತಲಿನ ತರಕಾರಿಗಳು, ಹೂವಿನ ಗಿಡಗಳು ತಬ್ಬಲಿಗಳಂತೆ ನಿಂತಿರುವುದು ಅವರಲ್ಲಿ ನೋವುಂಟುಮಾಡಿತು. ಹಿತ್ತಲಿನ ಮಾವು, ಹಲಸು, ಅಡಕೆ , ತೆಂಗು, ಜಂಬೂ ಹಣ್ಣಿನ ಮರ, ಹುಣಸೆ ಮರ ಎಲ್ಲವೂ ತಿರಸ್ಕೃತಗೊಂಡ ನೋವಿನಿಂದ "ಅಮ್ಮ, ಅಮ್ಮ" ಎಂದು ಮೂಕವಾಗಿ ಕರೆಯುತ್ತಿರುವುದು ಅವರ ಅತೀಂದ್ರಿಯ ಮನಸ್ಸು ಗ್ರಹಿಸಿತು. ಮಣ್ಣಿನ ಇಟ್ಟಿಗೆಗಳಿಂದ ಮಾಡಿದ ದನದ ಕೊಟ್ಟಿಗೆ ಕೂಡ ಅದೇನೋ ದೂರು ಹೇಳುವಂತೆ ತನ್ನನ್ನು ನೋಡುತ್ತಿರುವುದು ಅವರಲ್ಲಿ ಹೇಳಿಕೊಳ್ಳಲಾಗದ ಪಾಪಪ್ರಜ್ಞೆಯನ್ನು ಮೂಡಿಸಿತು. ಕಳೆದ ತಿಂಗಳು ಮಾರಾಟವಾಗುವವರೆಗೂ ಭಾನುಮತಿ ಮಲಗಿದ್ದ ಸ್ಥಳವದು. ಅವಳ

ಬಗ್ಗೆ ಯೋಚಿಸಿದಾಗ ಕಲ್ಯಾಣಿಯಮ್ಮನ ಮನಸ್ಸು ನೋವಿನಿಂದ ತುಂಬಿಕೊಂಡಿತು. ಹೆಚ್ಚೆಂದರೆ ಒಂದು ವರ್ಷದ ಕರುವಾಗಿ ಇಲಂಜಿಕ್ಕಲ್ ತರವಾಡಿಗೆ ಬಂದು ಸೇರಿಕೊಂಡಾಗ ಅವಳಿಗೆ ಸ್ವಂತ ಹೆಸರು ಕೂಡ ಇರಲಿಲ್ಲ.

"ಕಲ್ಯಾಣಿ, ಇವಳಿಗೊಂದು ಹೆಸರಿಡಬೇಕಲ್ಲವೇ?"

"ಅಪ್ಪುವೇಟ್ಟ, ಭಾನುಮತಿ ಎಂದು ಇಡೋಣವೇ?" ಕಲ್ಯಾಣಿಯಮ್ಮ ತುಂಟತನದಿಂದ ಅಂದು ಕೇಳಿದ್ದರು.

"ಇದಕ್ಕೇ ಹೇಳುವುದು ಹೆಂಡತಿಯ ಬಳಿ ಹಳೆಯ ವಿಷಯಗಳಾವುದನ್ನೂ ಹೇಳಬಾರದು ಎಂದು" ಅಪ್ಪು ನಾಯರ್ ಸ್ವಲ್ಪ ಬೇಸರದಿಂದಲೇ ಹೇಳಿದರು. ಏನಾದರೂ ಆಗಲಿ, ಮೊದಲು ಕರೆದ ಹೆಸರನ್ನೇ ಇಡಲು ಅವರು ನಿರ್ಧರಿಸಿದರು. ಮನೆಯ ಮುದ್ದಿನ ಮಗುವಿನಂತೆ ಅವಳು ಬೆಳೆದಳು. ಕಲ್ಯಾಣಿಯಮ್ಮನೇ ಅವಳಿಗೆ ಹುಲ್ಲು ತಿನ್ನಿಸುತ್ತಿದರು, ಕಡಲೆ ಹಿಂಡಿ ಬೇಯಿಸಿ ಕೊಡುತ್ತಿದ್ದರು, ಅವಳನ್ನು ಮುದ್ದಿಸಿ, ಪ್ರೀತಿಯಿಂದ ಗದರಿಸುತ್ತಲೂ ಇದ್ದರು. ಭಾನುಮತಿ ಎಲ್ಲವನ್ನೂ ತಾಳ್ಮೆಯಿಂದ ಕೇಳಿ ಕಲ್ಯಾಣಿಯಮ್ಮನನ್ನು ನೋಡಿ ತಲೆ ಅಲ್ಲಾಡಿಸುತ್ತಾ ಎಲ್ಲದಕ್ಕೂ ಪ್ರತಿಕ್ರಿಯಿಸುತ್ತಿದ್ದಳು. ಕಲ್ಯಾಣಿಯಮ್ಮ ಅಡುಗೆಮನೆಯಲ್ಲಿ ಹೆಚ್ಚು ಹೊತ್ತು ಕಳೆದಾಗಲೆಲ್ಲ ಭಾನುಮತಿ ನಿಧಾನವಾಗಿ ಬೊಬ್ಬೆ ಹಾಕುತ್ತಿದ್ದಳು.

"ಕಲ್ಯಾಣಿ, ಭಾನುಮತಿ ನಿನ್ನನ್ನು ಕರೆಯುತ್ತಿದ್ದಾಳೆ ನೋಡು" ಜಗಲಿಯಲ್ಲಿ ಕುಳಿತಿರುವ ಅಪ್ಪು ನಾಯರ್ ಅಡುಗೆ ಕೋಣೆಯತ್ತ ತಿರುಗಿನೋಡಿ ಕೂಗಿ ಹೇಳುತ್ತಿದ್ದರು.

"ನಿಮ್ಮ ಭಾನುಮತಿಯೋ, ನನ್ನ ಭಾನುಮತಿಯೋ?" ಕಲ್ಯಾಣಿಯಮ್ಮ ಅಡುಗೆ ಕೋಣೆಯಿಂದಲೇ ಗಂಡನಿಗೆ ಕೀಟಲೆ ಮಾಡುತ್ತಿದ್ದಳು.

"ನಮ್ಮ ಭಾನುಮತಿ" ಅಪ್ಪು ನಾಯರ್ ಅದಕ್ಕೆ ಉತ್ತರಿಸುತ್ತಿದ್ದರು. ಹಲವು ವರ್ಷಗಳ ಅವಧಿಯಲ್ಲಿ ಭಾನುಮತಿ ಮೂರು ಬಾರಿ ಹೆತ್ತಳು. ಅದರಲ್ಲಿ ಮೂರು ಕರುಗಳು ಹುಟ್ಟಿದವು. ಅವುಗಳನ್ನು ಸಾಕುವ ಕಷ್ಟ ನೆನೆಸಿ ಹತ್ತಿರದ ಸಂಬಂಧಿಗಳಿಗೆ ಉಚಿತವಾಗಿ ನೀಡಲಾಗಿತ್ತು. ಭಾನುಮತಿಯ ಪ್ರೀತಿ ಹಾಲು, ಮೊಸರು, ತುಪ್ಪವಾಗಿ ಇಲಂಜಿಕ್ಕಲ್ ತರವಾಡು ಮಾತ್ರವಲ್ಲ, ಸುತ್ತಮುತ್ತಲಿನ ಪರಿಸರದಲ್ಲೂ ಸುಗಂಧ ಹರಡಿಸಿತು. ರಜೆಗೆ ಊರಿಗೆ ಬರುವ ಕಲ್ಯಾಣಿಯಮ್ಮನ ಮಕ್ಕಳು, ಸೊಸೆಯಂದಿರು, ಮೊಮ್ಮಕ್ಕಳು ಎಲ್ಲರೂ ಭಾನುಮತಿಯ ಪ್ರೀತಿಯನ್ನು ಅನುಭವಿಸಿದರು. ಮೊಮ್ಮಕ್ಕಳಂತೂ ಕೊಟ್ಟಿಗೆಗೆ ಹೋಗಿ ಭಾನುಮತಿಯನ್ನು ಮುಟ್ಟಿ, ಪ್ರೀತಿಯಿಂದ ನೇವರಿಸಿ, ಮುತ್ತಿಟ್ಟು ಆಟವಾಡಿದರು. ಭಾನುಮತಿಯೂ ಕಲ್ಯಾಣಿಯಮ್ಮನ ಮೊಮ್ಮಕ್ಕಳನ್ನು ಇಷ್ಟಪಟ್ಟಳು. ಅವಳು ಅವರ ತುಂಟತನವನ್ನೆಲ್ಲ ಪ್ರೀತಿಯಿಂದ ಆಸ್ವಾದಿಸಿದಳು. ಅಜ್ಜಿಯಂತೆ ಅವರೂ ಕೂಡ ಅವಳನ್ನು "ಭಾನು" ಎಂದು ಕರೆದು ಮುದ್ದಿಸಿದರು. ಆದರೆ ಅವರ ಅಮ್ಮಂದಿರಿಗೆ ಮಾತ್ರ ತಮ್ಮ ಮಕ್ಕಳು ಹಸುವಿನೊಂದಿಗೆ ಆಟವಾಡುವುದು ಇಷ್ಟವಾಗಲಿಲ್ಲ. "ಬುದ್ಧಿ ಇಲ್ಲದ ಪ್ರಾಣಿ ಅದು. ತಿವಿದರೆ ಅಥವಾ ತುಳಿದರೆ ಏನು ಮಾಡಲು ಸಾಧ್ಯ? ಎಂಬುದು ಅವರ ಆತಂಕವಾಗಿತ್ತು.

“ಭಾನು ಮನುಷ್ಯರಿಗಿಂತಲೂ ಬುದ್ಧಿವಂತೆ. ನನ್ನ ಮಕ್ಕಳನ್ನು ಅವಳು ಏನೂ ಮಾಡುವುದಿಲ್ಲ” ಕಲ್ಯಾಣಿಯಮ್ಮ ಭಾನುಮತಿಯನ್ನು ಸಮರ್ಥಿಸಿಕೊಂಡರು.

ಕಲ್ಯಾಣಿಯಮ್ಮ ಮತ್ತು ಅಪ್ಪು ನಾಯರ್‌ಗೆ ಇಬ್ಬರು ಮಕ್ಕಳು. ಹಿರಿಯ ಪುತ್ರ ಪ್ರಸಾದ ಅಮೆರಿಕದ ಒಹಾಯೋದಲ್ಲಿ ಸಾಫ್ಟ್‌ವೇರ್ ಎಂಜಿನಿಯರ್. ಕಿರಿಯವನಾದ ಪ್ರಕಾಶ ಕೂಡ ಸಾಫ್ಟ್‌ವೇರ್ ಎಂಜಿನಿಯರ್. ಕೆನಡಾದ ಟೊರೆಂಟೋದಲ್ಲಿದ್ದಾನೆ. ಸೊಸೆಯಂದಿರು ಕೂಡ ಅಲ್ಲಿ ನೌಕರಿಯಲ್ಲಿದ್ದಾರೆ. ಅವರಿಬ್ಬರೂ ಎರಡು ದೇಶದಲ್ಲಿದ್ದರೂ, ಗಡಿ ರಾಷ್ಟ್ರಗಳಾಗಿರುವುದರಿಂದ ಮೂರು ಗಂಟೆ ಕಾರಿನಲ್ಲಿ ಪ್ರಯಾಣಿಸಿದರೆ ಅವರಿಬ್ಬರು ಪರಸ್ಪರ ಭೇಟಿ ಮಾಡಬಹುದು. ಕೆಲವು ರಜಾದಿನಗಳಲ್ಲಿ ಎರಡೂ ಕುಟುಂಬಗಳು ಒಟ್ಟಾಗುತ್ತವೆ. ಹಾಗಾಗಿ ವರ್ಷಕ್ಕೊಮ್ಮೆ ಅಥವಾ ಎರಡು ವರ್ಷಕ್ಕೊಮ್ಮೆ ಮಾತ್ರ ಇಲಂಜಿಕ್ಕಲ್ ತರವಾಡಿಗೆ ಭೇಟಿ ನೀಡುತ್ತಾರೆ. ಅವರು ಹಿಂತಿರುಗುವಾಗ ಮೊಮ್ಮಕ್ಕಳ ಸಾಮಿಪ್ಯ, ಪ್ರೀತಿ ಇನ್ನು ತನಗೆ ಸಿಗಲಾರದು ಎಂದರಿಯುವ ಭಾನುಮತಿ ಕೊಟ್ಟಿಗೆಯಿಂದಲೇ ಬೊಬ್ಬೆ ಹೊಡೆಯಲು ಆರಂಭಿಸುತ್ತಾಳೆ. ಅದು ದಿನದ ಕೊನೆಯವರೆಗೂ ಮುಂದುವರಿಯುತ್ತದೆ.

“ನೀನು ಸ್ವಲ್ಪ ಸುಮ್ಮನಾಗು ಭಾನು. ಮಕ್ಕಳಿಗೆ ಶಾಲೆಗೆ ಹೋಗಬೇಡವೇ? ಅದಕ್ಕಾಗಿ ಅಲ್ಲವೇ ಅವರು ವಾಪಸ್ ಹೋದದ್ದು ” ಮನದ ನೋವನ್ನು ಹಾಗೇ ಒತ್ತಿಹಿಡಿದು ಕಲ್ಯಾಣಿಯಮ್ಮ ಭಾನುಮತಿಯನ್ನು ಪ್ರೀತಿಯಿಂದ ಬೈಯುತ್ತಾಳೆ. ಕೂಡಲೇ ಅವಳು ಬೊಬ್ಬೆಯನ್ನು ನಿಲ್ಲಿಸುತ್ತಾಳೆ.

ಭಾನುಮತಿಯ ಹಾಲು ಬತ್ತಿದೆ ಎಂದು ತಿಳಿದೊಡನೆಯೇ ಮಾಂಸ ಮಾರಾಟಗಾರರು ಆಕೆಯನ್ನು ಖರೀದಿಸಲು ಇಲಂಜಿಕ್ಕಲ್ ತರವಾಡಿಗೆ ಬರಲು ಆರಂಭಿಸಿದರು.

“ಈ ಹಸುವಿನಿಂದ ಇನ್ನೇನು ಪ್ರಯೋಜನವಿದೆ ಕಲ್ಯಾಣಿಯಮ್ಮ. ಸುಮ್ಮನೆ ಕೈಯಲ್ಲಿರುವ ಹಣ ಖರ್ಚಾಗುವುದು ಬಿಟ್ಟರೆ ಇದರಿಂದ ಏನೂ ಲಾಭವಿಲ್ಲ. ಈಗ ಕೊಟ್ಟರೆ ನ್ಯಾಯವಾದ ಬೆಲೆ ಸಿಗುತ್ತದೆ. ಬಳಿಕ ಮಾರಾಟ ಮಾಡಿದರೆ ತೂಕ ಕಡಿಮೆಯಾಗುತ್ತದೆ, ಬೆಲೆಯೂ ಸಿಗುವುದಿಲ್ಲ” ಉಕ್ಕಿಬರುವ ಸಿಟ್ಟು, ಸಂಕಟದಿಂದ ಕಲ್ಯಾಣಿಯಮ್ಮ ಮೌನಿಯಾಗುತ್ತಾರೆ.

“ ಈ ಹಿತ್ತಲಲ್ಲಿರುವ ಹುಲ್ಲು, ಗಿಡಗಳನ್ನೆಲ್ಲ ತಿಂದು ಈ ಸಾಧುಪ್ರಾಣಿ ಬದುಕುತ್ತದೆ ರಾಘವ” ಅಪ್ಪು ನಾಯರ್ ಹೇಳಿದರು.

ಆದರೆ ಅಪ್ಪು ನಾಯರ್ ಅವರ ಸಾವಿನೊಂದಿಗೆ ಕಲ್ಯಾಣಿಯಮ್ಮ ಮಾನಸಿಕವಾಗಿ, ದೈಹಿಕವಾಗಿ ಕುಗ್ಗಿಹೋದರು. ಅದೃಶ್ಯವಾದ ಭಾರ ಹೆಗಲ ಮೇಲೆ ಬಂದಂತೆ ಅವರಿಗನಿಸಿತು. ಜೀವನೋತ್ಸಾಹ ಕಡಿಮೆಯಾಯಿತು. ಕಣ್ಣುಗಳ ದೃಷ್ಟಿ ಮಂಕಾಗಿ, ಅನುದಿನದ ಕೆಲಸಗಳ ವೇಗ ಕಡಿಮೆಯಾದದ್ದು ಅವರಿಗೆ ಅರಿವಾಯಿತು. ಅಪ್ಪು ನಾಯರ್ ತಿಂಗಳಿಗೊಮ್ಮೆ ಭಾನುಮತಿಯನ್ನು ಸ್ನಾನಮಾಡಿಸಿ, ಬೇವಿನೆಣ್ಣೆ ಹಚ್ಚುತ್ತಿದ್ದರು.

ಆಕೆಯನ್ನು ನೋಡಿದಾಗಲೆಲ್ಲ ಕಲ್ಯಾಣಿಯಮ್ಮನಲ್ಲಿ ಕನಿಕರ ಮೂಡತೊಡಗಿತು. ಮುಖ ಒಳಗೆ ಹೋಗಿದೆ. ಬೆನ್ನೆಲುಬುಗಳು ಬಡಕಲಾಗಿ ಎಲುಬುಗಳು ಹೊರಕ್ಕೆ ಕಾಣಿಸಿಕೊಳ್ಳುತ್ತಿವೆ. ಹುಲ್ಲನ್ನಾಗಲಿ, ಅಕ್ಕಚ್ಚನ್ನಾಗಲಿ ತಿನ್ನಲು ಹಿಂದಿನ ಉತ್ಸಾಹವೇ ಇಲ್ಲ. ನಡಿಗೆಯಲ್ಲೂ ಹಿಂದಿನ ಚುರುಕುತನವಿಲ್ಲ. ವೃದ್ಧಾಪ್ಯದ ಸಂಕೇತಗಳು ಭಾನುಮತಿಯಲ್ಲೂ ಕಾಣಿಸತೊಡಗಿದ್ದವು.

ಅಪ್ಪು ನಾಯರ್ ಅವರ ಮರಣದ ಬಳಿಕ ಕಲ್ಯಾಣಿಯಮ್ಮನಿಗೆ ಸಹಾಯ ಮಾಡಲೆಂದು ಮಕ್ಕಳು ನೇಮಿಸಿದ ಬಂಗಾಳಿ ಹುಡುಗ ಅಪರೂಪಕ್ಕೆ ಗಾಡಿ ತೊಳೆಯುವಂತೆ ಭಾನುಮತಿಯನ್ನೂ ಒರಟಾಗಿ ಸ್ನಾನ ಮಾಡಿಸುತ್ತಿದ್ದ. ಆ ಹುಡುಗ ಹೆಚ್ಚೇನೂ ಮಾತನಾಡುತ್ತಿರಲಿಲ್ಲ. ಮಾತನಾಡಿದರೂ ಏನೂ ಪ್ರಯೋಜನವಿರಲಿಲ್ಲ. ಯಾವುದೋ ಒಂದು ಹಳೆಯ ಭಾಷೆಗೆ ರೂಪಾಂತರಗೊಳಿಸಿದ ಅವನ ಮಲಯಾಳಂ ಕಲ್ಯಾಣಿಯಮ್ಮನಿಗೆ ಸ್ವಲ್ಪವೂ ಅರ್ಥವಾಗುತ್ತಿರಲಿಲ್ಲ. ಚೀಟಿ ಬರೆದುಕೊಟ್ಟರೆ ಅಂಗಡಿಯಿಂದ ಸಾಮಾನುಗಳನ್ನು ತಂದುಕೊಡುವಲ್ಲಿ ಆತ ಚುರುಕಾಗಿದ್ದ. ಬಾಕಿ ಉಳಿದ ಸಮಯದಲ್ಲಿ ತಂಬಾಕು ಸೇವಿಸುತ್ತಾ, ರೋಗ ಪೀಡಿತ ಕೋಳಿಯಂತೆ ಹೊರಗಿನ ಜಗಲಿನ ಬಳಿಯ ಕೋಣೆಯ ಮಂಚದ ಮೇಲೆ ಮಲಗಿರುತ್ತಿದ್ದ. ಇಲ್ಲದಿದ್ದರೆ ಮೊಬೈಲಿನಲ್ಲಿ ಬೆರಳುಗಳನ್ನು ಆಡಿಸುತ್ತಾ ಜಗಲಿಯ ಮೂಲೆಯಲ್ಲಿ ಕುಳಿತುಕೊಂಡಿರುತ್ತಿದ್ದ. ರಾತ್ರಿಯ ವೇಳೆ ಆತ ಕಲ್ಯಾಣಿಯಮ್ಮ ಮತ್ತು ಭಾನುಮತಿಗೆ ಕಾವಲುಗಾರನಂತಿದ್ದ. ಅದು ಮಾತ್ರವೇ ಆತನಿಂದ ಸಿಗುತ್ತಿದ್ದ ಪ್ರಯೋಜನವಾಗಿತ್ತು.

ಕಲ್ಯಾಣಿಯಮ್ಮನಿಗೆ ಅದೊಂದು ದೊಡ್ಡ ಸಹಾಯವೂ ಆಗಿತ್ತು. ಸ್ವಂತ ಕೆಲಸಗಳನ್ನು ಮಾಡಿಕೊಳ್ಳುವಷ್ಟು ಶಕ್ತಿ ತನ್ನಲ್ಲಿ ಇನ್ನೂ ಉಳಿದುಕೊಂಡಿದೆ ಎಂದು ಎಪ್ಪತ್ತರ ಹರೆಯದ ಕಲ್ಯಾಣಿಯಮ್ಮ ಮಕ್ಕಳ ಬಳಿ ಆಗಾಗ್ಗೆ ಹೇಳಿಕೊಳ್ಳುತ್ತಿದ್ದರು. ಅಡುಗೆಮನೆಯಲ್ಲಿ ಸಹಾಯಕ್ಕಾಗಿ ಯಾವುದಾದರೂ ಒಬ್ಬ ಹೆಂಗಸನ್ನು ಇಡೋಣ ಎಂದು ಮಕ್ಕಳು ಹೇಳಿದಾಗ ಕಲ್ಯಾಣಿಯಮ್ಮ ಅದಕ್ಕೆ ಹಸಿರು ನಿಶಾನೆ ತೋರಿಸಲಿಲ್ಲ. ಒಬ್ಬರನ್ನು ನೋಡಿಕೊಳ್ಳಲು ಇಬ್ಬರಿಗೆ ಸಂಬಳ ಕೊಟ್ಟು ನಿಲ್ಲಿಸುವುದು ಅವರಿಗೆ ಊಹಿಸಲೂ ಸಾಧ್ಯವಾಗುತ್ತಿರಲಿಲ್ಲ.

"ಅಮ್ಮ ಅಲ್ಲಿ ಒಬ್ಬಳೇ ಇರದೆ ನಮ್ಮೊಂದಿಗೆ ಬಂದಿರಿ" ಎಂದು ಮಗ ಅಥವಾ ಸೊಸೆ ಸುಮ್ಮನೆ ಹೆಸರಿಗಾದರೂ ಹೇಳಿಯಾರು ಎಂದು ಕಲ್ಯಾಣಿಯಮ್ಮ ನಿರೀಕ್ಷಿಸಿದ್ದರೂ, ಯಾರ ಬಾಯಿಯಿಂದಲೂ ಅಂಥ ಮಾತು ಬಾರದೇ ಇದ್ದದ್ದು ಸಣ್ಣ ನೋವಾಗಿ ಅವರನ್ನು ಕಾಡುತಿತ್ತು. ಒಂದು ವೇಳೆ ಅಮ್ಮ ಇಲಂಜಿಕ್ಕಲ್ ತರವಾಡು ಬಿಟ್ಟು ಬರಲಾರರು ಎಂದು ಅವರು ಎಣಿಸಿರಬಹುದೇ? ಅಥವಾ ಅಮೆರಿಕ, ಕೆನಡಾದ ಹವಾಮಾನ, ಅಲ್ಲಿನ ಆಹಾರಪದ್ಧತಿ, ಜೀವನಶೈಲಿಯ ಜತೆಗೆ ತನಗೆ ಹೊಂದಾಣಿಕೆ ಮಾಡಿಕೊಳ್ಳಲು ಸಾಧ್ಯವಾಗದು ಎಂದು ಅವರು ಲೆಕ್ಕ ಹಾಕಿರಬಹುದೇ? ನನಗೆ ಮೊಮ್ಮಕ್ಕಳೆಂದರೆ ಪಂಚಪ್ರಾಣ ಎಂಬುದು ಅವರಿಗೆ ಗೊತ್ತಿರುವ ವಿಷಯವೇ ಎಂದೂ ಅವರು ಯೋಚಿಸಿದರು. ಇಂಥ ವಿಷಯಗಳ ಬಗ್ಗೆ ಆಳವಾಗಿ ಚಿಂತಿಸಿದರೆ ಅದು ದುಃಖ ಮಾತ್ರ ನೀಡುತ್ತದೆ ಎಂಬುದು ಕಲ್ಯಾಣಿಯಮ್ಮನಿಗೆ ತಿಳಿಯದ ವಿಷಯವೇನಲ್ಲ. ಇಲಂಜಿಕ್ಕಲ್ ತರವಾಡಿನಲ್ಲಿ ಕಲ್ಯಾಣಿಯಮ್ಮ, ಭಾನುಮತಿ ಮತ್ತು ಆ ಬಂಗಾಳಿ ಹುಡುಗ ಸಾಧಾರಣ ಬದುಕನ್ನು ಮುನ್ನಡೆಸಿಕೊಂಡು ಹೋಗುತ್ತಿರುವಾಗಲೇ ಅವರ ಹಳ್ಳಿಯನ್ನೇ ನಡುಗಿಸಿದ ಆ ಘಟನೆ ನಡೆಯಿತು. ಮನೆಯಲ್ಲಿ ಕೆಲಸಕ್ಕೆಂದು ನೇಮಿಸಿದ್ದ ಬಂಗಾಳಿ ಹುಡುಗನೊಬ್ಬ ವೃದ್ಧ ದಂಪತಿಯನ್ನು ಕೊಲೆ ಮಾಡಿ ಚಿನ್ನಾಭರಣಗಳೊಂದಿಗೆ ಪರಾರಿಯಾಗಿದ್ದ! ವಿದೇಶದಲ್ಲಿರುವ ಮಕ್ಕಳು ವೃದ್ಧರಾದ ತಮ್ಮ ಪೋಷಕರನ್ನು ನೋಡಿಕೊಳ್ಳಲು ಇರಿಸಿದ್ದ ಆ ಹುಡುಗ ಮನೆಯವರ ವಿಶ್ವಾಸವನ್ನು ಗಳಿಸಿಕೊಂಡಿದ್ದ. ಅದರಿಂದಾಗಿ ಅವನಿಗೆ ಆ ಮನೆಯಲ್ಲಿ ಸಂಪೂರ್ಣ ಸ್ವಾತಂತ್ರ್ಯವನ್ನು ನೀಡಲಾಗಿತ್ತು. ಈಗ ಅವನೇ ದಂಪತಿಯನ್ನು ದಾರುಣವಾಗಿ ಹತ್ಯೆ ಮಾಡಿದ್ದ. ಪ್ರತಿಯೊಂದು ಚಾನೆಲ್‌ಗಳಲ್ಲಿಯೂ ಈ ಹತ್ಯೆಯ ವಿಷಯ ಚರ್ಚೆಗೊಳಗಾದದ್ದನ್ನು ಕಲ್ಯಾಣಿಯಮ್ಮ ಗಮನಿಸಿದ್ದರು. ಯಾವುದೋ ಒಂದು ಅವ್ಯಕ್ತ ಭಯ ಅವರನ್ನು ಆವರಿಸಿಕೊಂಡಿತು. ಮಧ್ಯರಾತ್ರಿ ಯಾರೋ ತಮ್ಮ ಮನೆಯ ಬಾಗಿಲನ್ನು ತಟ್ಟುತ್ತಿರುವಂತೆ ಭಾಸವಾಗಿ ಅವರು ನಿದ್ದೆಯಿಂದ ಏಳುತ್ತಿದ್ದರು. ಕೆಲವು ಅಪರಿಚಿತ ವ್ಯಕ್ತಿಗಳು ಸೇರಿಕೊಡು ತನ್ನನ್ನು ಬಲವಂತದಿಂದ ಹಿಡಿದುಕೊಳ್ಳುತ್ತಿರುವುದಾಗಿ, ಹರಿತವಾದ ಕತ್ತಿಯಿಂದ ತನ್ನ ಕತ್ತನ್ನು ಸೀಳಲು ಶ್ರಮಿಸುತ್ತಿರುವುದನ್ನು ನೋಡಿ ಅವರು ಬೊಬ್ಬೆ ಹೊಡೆದರು. ಮುಂದಿನ ದಿನಗಳಲ್ಲಿ ಕಲ್ಯಾಣಿಯಮ್ಮನಿಗೆ ಸರಿಯಾಗಿ ನಿದ್ರಿಸಲು ಸಾಧ್ಯವಾಗಲಿಲ್ಲ. ದಂಪತಿಯ

ಹತ್ಯೆ ಚಾನೆಲ್‌ಗಳಲ್ಲಿ ಭಾರಿ ಚರ್ಚೆಗೊಳಗಾದ ಸಮಯದಲ್ಲಿ ಮಗ ಪ್ರಸಾದ ಫೋನ್ ಮಾಡಿದ. ಸ್ವಲ್ಪ ಮಾತುಕತೆಯ ಬಳಿಕ ಅವನು ಹೇಳಿದ.

"ಅಮ್ಮ ನೀನು ಹೀಗೆ ಅಲ್ಲಿ ಒಬ್ಬಳೇ ಇರುವುದು ತುಂಬಾ ರಿಸ್ಕ್. ಯಾರನ್ನೂ ನಂಬಲು ಸಾಧ್ಯವಿಲ್ಲದಂತಹ ಕಾಲವಿದು. ಊರಿನ ಒಂದೊಂದೇ ಸುದ್ದಿಗಳನ್ನು ಕೇಳುವಾಗ ಹೆದರಿಕೆಯಾಗುತ್ತದೆ."

" ಏನು ಮಾಡಲು ಆಗುತ್ತದೆ ಮಗನೆ, ಇಲ್ಲಿಂದ ಹೋದರೆ ನನಗೆ ನೆಮ್ಮದಿ ಸಿಗುವುದಿಲ್ಲ. ನಿಮ್ಮ ಅಪ್ಪ ನಿದ್ರಿಸುವ ಮಣ್ಣಿದು."

"ಸದ್ಯದ ಪರಿಸ್ಥಿತಿಯಲ್ಲಿ ಇರಲು ನಿಮಗೆ ತೊಂದರೆಯಾಗುತ್ತದೆ ಎಂದು ಗೊತ್ತಿದೆ. ಬೇರೆ ಏನಾದರೂ ದಾರಿ ನೋಡಬೇಕು."

"ಅದೂ ಕೂಡ ಸರಿಯೇ. ಆದರೆ ಭಾನುವನ್ನು ಮಾತ್ರ ಬೇರೆಯವರಿಗೆ ಕೊಡಲು ಸಾಧ್ಯವಿಲ್ಲ."

"ಅಮ್ಮ, ನೀನೊಂದು, ನಿನ್ನ ಭಾನುವೊಂದು.."

ಪ್ರಸಾದ ಹೇಳಬೇಕಿರುವುದನ್ನು ಅರ್ಧಕ್ಕೆ ನಿಲ್ಲಿಸಿದ. ಆ ಹಸು ಇಲಂಜಿಕ್ಕಲ್ ತರವಾಡಿನಲ್ಲಿ ಇರುವಷ್ಟು ಕಾಲ ಅಮ್ಮ ಬೇರೆಲ್ಲಿಗೂ ಹೋಗಲಾರರು ಎಂಬುದನ್ನು ಆತ ಅರ್ಥಮಾಡಿಕೊಂಡ.

"ಸರಿ ಅಮ್ಮ, ನಾನು ಆಮೇಲೆ ಫೋನ್ ಮಾಡುತ್ತೇನೆ."

ಪ್ರಸಾದ ಫೋನ್ ಕಟ್ ಮಾಡಿದ. ಆ ಸಂಭಾಷಣೆ ನಡೆದ ಮಾರನೇ ದಿನವೇ ಕಿರಿಯ ಮಗ ಪ್ರಕಾಶ ಫೋನ್ ಮಾಡಿದ. ಮಾತುಕತೆ ನಿಧಾನವಾಗಿ ಹಿರಿಯವ ಪ್ರಸಾದ ಮಾತಾಡಿದ್ದಲ್ಲಿಗೇ ಬಂತು.

"ಅಮ್ಮ ನೀನು ಹೀಗೆ ಒಬ್ಬಳೇ ಅಲ್ಲಿರುವುದು ಸರಿಕಾಣುತ್ತಿಲ್ಲ."

"ನನಗಾಗಲಿ, ಭಾನುವಿಗಾಗಲಿ ಏನೂ ಸಮಸ್ಯೆ ಇಲ್ಲ ಮಗ." ಮನದೊಳಗೆ ಹೆಪ್ಪುಗಟ್ಟಿರುವ ಅನಗತ್ಯ ನೋವು ತನ್ನ ದನಿಯಲ್ಲಿ ಪ್ರತಿಫಲನಗೊಳ್ಳದಿರಲು ಕಲ್ಯಾಣಿಯಮ್ಮ ಪ್ರಯತ್ನಿಸಿದರು.

"ಅಮ್ಮ ನಿನ್ನೊಡನೆ ಓಪನ್ ಆಗಿ ಹೇಳುತ್ತೇನೆ.." ಸ್ವಲ್ಪ ಸಮಯದ ಮೌನದ ಬಳಿಕ ಪ್ರಕಾಶ ಹೇಳಿದ. "ತೋಟ ನೋಡುತ್ತಾ, ಹಸುವನ್ನು ಸ್ನಾನ ಮಾಡಿಸುತ್ತಾ, ಅಡುಗೆ ಕೋಣೆಯಲ್ಲಿ ಬೆಂದು ಹೋಗುವ ಪ್ರಾಯವಲ್ಲ ಇದು ಎಂಬ ಚಿಂತೆ ನಿಮಗಿರಬೇಕು."

ಪ್ರಕಾಶ ಏನೋ ಉದ್ದನೆಯ ಸಂಭಾಷಣೆಗೆ ತಯಾರು ಮಾಡಿಕೊಳ್ಳುತ್ತಿದ್ದಾನೆ ಎಂದರಿತ ಕಲ್ಯಾಣಿಯಮ್ಮ ಆ ಮಾತಿಗೆ ಕಿವಿಗೊಟ್ಟರು. ಕೆನಡಾಕ್ಕೆ ಹೋಗುವ ಮುಂಚೆ ಯಾವ್ಯಾವುದೋ ಕಾಲೇಜುಗಳಿಗೆ ಮೋಟಿವೇಷನ್ ಕ್ಲಾಸ್ ತೆಗೆದುಕೊಳ್ಳಲು ಆತ ಹೋಗುತ್ತಿದ್ದ.

“ನಿಮಗೆ ಇರಲು ಸೂಕ್ತವಾದ ಒಂದು ಜಾಗವನ್ನು ನಾನು ಮತ್ತು ಅಣ್ಣ ಹುಡುಕಿದ್ದೇವೆ. ಅದು ಪೇಟೆಯಲ್ಲಿದೆ. ಎಲ್ಲಾ ಸೌಕರ್ಯಗಳೂ ಅಲ್ಲಿವೆ. ನೀನು ಅಲ್ಲಿ ಯಾವ ಕೆಲಸವನ್ನೂ ಮಾಡುವುದು ಬೇಡ. ನೀನು ಅಲ್ಲಿ ಸುರಕ್ಷಿತವಾಗಿರುತ್ತಿ. ಹಾಗಾದಲ್ಲಿ ನಾವು ಕೂಡ ಇಲ್ಲಿ ನೆಮ್ಮದಿಯಿಂದ ಇರಬಹುದು.’

ಏನು ಉತ್ತರ ಕೊಡಬೇಕೆಂದು ಗೊತ್ತಾಗದೆ ಕಲ್ಯಾಣಿಯಮ್ಮ ಸ್ವಲ್ಪ ಹೊತ್ತು ಮೌನಿಯಾದರು.

ಎಲ್ಲಿಗೆ ನನ್ನನ್ನು ಕರೆದುಕೊಂಡು ಹೋಗುವುದು. ಅಪ್ಪುವೇಟ್ಟನ ಸಾನ್ನಿಧ್ಯವಿಲ್ಲದಿರುವ ಜಾಗಕ್ಕೆ, ಭಾನುಮತಿಯ ಸಾಮಿಪ್ಯ ಇಲ್ಲದೇ ಇರುವ ಜಾಗಕ್ಕೆ. ಇಲಂಜಿಕ್ಕಲ್ ತರವಾಡು, ಅದರ ಹಿತ್ತಲು, ಅಲ್ಲಿಂದ ಬೀಸುವ ಗಾಳಿ, ಬೆಳಕು ಇಲ್ಲದಿರುವ ಜಾಗದಲ್ಲಿ ತನ್ನಿಂದ

ವಾಸಿಸಲು ಸಾಧ್ಯವೇ ಇಲ್ಲ ಎಂದು ನನ್ನ ಮಕ್ಕಳು ಏಕೆ ಅರ್ಥಮಾಡಿಕೊಳ್ಳುತ್ತಿಲ್ಲ ಎಂದು ಕಲ್ಯಾಣಿಯಮ್ಮ ಸಂಕಟಕ್ಕೊಳಗಾದರು.

"ಅಮ್ಮ ನೀನೇಕೆ ಏನೂ ಮಾತನಾಡುತ್ತಿಲ್ಲ" ಲ್ಯಾಂಡ್ ಫೋನ್‌ನ ಆಚೆಕಡೆಯಿಂದ ಪ್ರಕಾಶನ ಶಬ್ದ ಅವರಿಗೆ ಕೇಳಿಸಿತು.

"ಮಗನೆ, ಈ ಅಮ್ಮನ ಮನಸ್ಸಿನ ಸಂಕಟವನ್ನು ಹೇಗೆ ತಿಳಿಸಬೇಕೆಂದು ನನಗೆ ಗೊತ್ತಿಲ್ಲ. ಅಪ್ಪುವೇಟ್ಟನ್ ಮಲಗಿರುವ ಈ ಮಣ್ಣನ್ನು ಬಿಟ್ಟು ಹೋಗಲು ನೋವಾಗುತ್ತಿದೆ. ಇನ್ನೂ ಹೇಳಬೇಕೆಂದರೆ ಭಾನುವಿನ ವಿಷಯ. ನಾನು ಇಲ್ಲಿಂದ ಹೋದರೆ ಅವಳನ್ನು ಯಾರು ನೋಡುತ್ತಾರೆ. ಅದೊಂದು ಮೂಕಪ್ರಾಣಿ.."

ಇಲಂಜಿಕ್ಕಲ್ ತರವಾಡು ಮತ್ತು ಭಾನುಮತಿಯ ಕಾರಣದಿಂದಾಗಿ ತನ್ನ ಪ್ರಯತ್ನ ವಿಫಲವಾದ ಸಿಟ್ಟಿನಲ್ಲಿ ಮೋಟಿವೇಷನ್ ಕ್ಲಾಸ್ ತೆಗೆದುಕೊಳ್ಳುವವ ಫೋನ್ ಕಟ್ ಮಾಡಿದಾಗ ಕಲ್ಯಾಣಿಯಮ್ಮ ಸಂಕಟದಿಂದ ನಕ್ಕರು. ಮುಂದೆ ಹಲವು ದಿನಗಳವರೆಗೆ ಮಕ್ಕಳಾಗಲಿ, ಸೊಸೆಯಂದಿರಾಗಲಿ ಫೋನ್ ಮಾಡಲೇ ಇಲ್ಲ.

ಅವರಿಗೆ ಇಷ್ಟವಿಲ್ಲದ್ದನ್ನು ನಾನೇನಾದರೂ ಮಾಡಿದರೆ ಹೀಗೆಯೇ. ತುಂಬಾ ದಿನಗಳ ಕಾಲ ಅವರು ಫೋನ್ ಮಾಡುವುದೇ ಇಲ್ಲ. ಬಳಿಕ ಇದ್ದಕ್ಕಿದ್ದಂತೆ ಒಂದು ದಿನ ಫೋನ್ ಮಾಡಿ ಏನೂ ಆಗೇ ಇಲ್ಲ ಎಂಬಂತೆ ಮಾತನಾಡುತ್ತಾರೆ. "ಅಮ್ಮ ನಿಮಗೆ ನಾವು ಬೇಡದೇ ಇದ್ದರೂ, ನನಗೆ ನಿಮ್ಮನ್ನು ಬಿಟ್ಟಿರಲು ಸಾಧ್ಯವಿಲ್ಲವಲ್ಲ" ಎಂದು ಕುಟುಕಿ ಹೇಳುತ್ತಾರೆ!

ಕೊಲೆ ಸುದ್ದಿಯ ಬಿಸಿಯೆಲ್ಲ ತಣ್ಣಗಾಗಿ ಎಲ್ಲವೂ ಸಾಧಾರಣಗತಿಗೆ ಬಂದಾಗ ಕಲ್ಯಾಣಿಯಮ್ಮನ ಬದುಕನ್ನು ತಲೆಕೆಳಗಾಗಿಸಿದ ಆ ಘಟನೆ ನಡೆಯಿತು.

ಮಧ್ಯಾಹ್ನದ ವೇಳೆ ಬೇಯಿಸಿದ ಕಡಲೆಹಿಂಡಿಯನ್ನು ಹಿಡಿದುಕೊಂಡು ಕಲ್ಯಾಣಿಯಮ್ಮ ಭಾನುವಿನ ಬಳಿ ತೆರಳುತ್ತಿರುವಾಗ ಜಗಲಿಯಲ್ಲಿ ಕಾಲು ಜಾರಿ ಹಣೆ ಗೋಡೆಗೆ ಬಡಿದು ಬಿದ್ದದ್ದು ಮಾತ್ರ ಅವರಿಗೆ ನೆನಪಿದೆ. ಭಾನುಮತಿಯ ಒಂದೇ ಸಮನಾದ ಕೂಗಾಟ ಕೇಳಿ ತನ್ನ ಕೋಣೆಯಿದ ನಿರ್ಭಾವುಕನಾಗಿ ಹೊರಬಂದ ಬಂಗಾಳಿ ಹುಡುಗ ಪ್ರಜ್ಞೆತಪ್ಪಿ ಬಿದ್ದ ಕಲ್ಯಾಣಿಯಮ್ಮನನ್ನು ನೋಡಿದ. ವಿಚಿತ್ರ ಭಾಷೆಯ ಆತನ ಕೂಗಾಟ ಕೇಳಿದ ನೆರೆಹೊರೆಯವರು ಬಂದು ಕಲ್ಯಾಣಿಯಮ್ಮನನ್ನು ಆಸ್ಪತ್ರೆಗೆ ಸಾಗಿಸಿದರು. ಹಣೆ ಮತ್ತು ಭುಜದ ಸಹಿಸಲಸಾಧ್ಯವಾದ ನೋವಿನಿಂದ ಒಂದು ವಾರ ಅವರಿಗೆ ಆಸ್ಪತ್ರೆಯಲ್ಲಿ ಕಳೆಯಬೇಕಾಯಿತು. ಫೋನ್ ಮೂಲಕ ಇದನ್ನು ತಿಳಿದ ಮಕ್ಕಳು ಅವರ ದೂರದ ಸಂಬಂಧಿಯಾದ ಒಬ್ಬ ಮಹಿಳೆ ಹಾಗೂ ಒಬ್ಬ ಬೈಸ್ಟಾಂಡರ್ ಅನ್ನು ಅಮ್ಮನನ್ನು ನೋಡಿಕೊಳ್ಳಲು ನೇಮಕ ಮಾಡಿದರು.

ನೋವು ಕಡಿಮೆಯಾಗಿ ಇಲಂಜಿಕ್ಕಲ್ ತರವಾಡಿಗೆ ವಾಪಸ್ ಬಂದ ಕಲ್ಯಾಣಿಯಮ್ಮ ಒಮ್ಮೆಲೆ ದುಃಖದಿಂದ ಅಳತೊಡಗಿದರು.

“ಅಯ್ಯೋ ನನ್ನ ಭಾನು ಎಲ್ಲಿ ಹೋದಳು?”

ಜಗಲಿಯ ಮೂಲೆಯಲ್ಲಿ ಮೊಬೈಲ್‌ನಲ್ಲಿ ಆಟವಾಡುತ್ತಿದ್ದ ಬಂಗಾಳಿ ಹುಡುಗ ನಿರ್ಭಾವುಕವಾಗಿ ಕಲ್ಯಾಣಿಯಮ್ಮನನ್ನು ನೋಡಿದ. ಅವರು ಭಯಂಕರವಾದ ಸಿಟ್ಟಿನಿಂದ ಧಾವಿಸಿ ಬಂದು ಅವನ ಶರ್ಟ್‌ನ ಕಾಲರ್ ಹಿಡಿದು ಕೇಳಿದರು.

“ಹೇಳೋ, ನನ್ನ ಭಾನುವನ್ನು ನೀನು ಏನು ಮಾಡಿದೆ. ಇದಕ್ಕೋಸ್ಕರವೇನು ನಾನು ನಿನ್ನನ್ನು ಕಾವಲು ನಿಲ್ಲಿಸಿದ್ದು? ಹೇಳು ಹೇಳು.. ಇಲ್ಲದಿದ್ದರೆ ನಿನ್ನನ್ನು ಪೊಲೀಸರಿಗೆ ಒಪ್ಪಿಸುತ್ತೇನೆ” ಅವರು ಅವನನ್ನು ಅಲುಗಾಡಿಸುತ್ತಲೇ ಇದ್ದರು. ಅವರು ಸುಸ್ತಾಗಿ ನೆಲದಲ್ಲಿ ಕುಳಿತುಕೊಳ್ಳುವವರೆಗೆ ಅವನು ಮೌನವಾಗಿಯೇ ಇದ್ದ. ಬಳಿಕ ಜಗಲಿಯ ಸಮೀಪದಲ್ಲಿದ್ದ ತನ್ನ ಕೋಣೆಗೆ ಹೋಗಿ ತನ್ನ ಒಂದೇ ಒಂದು ಆಸ್ತಿ ಎಂದು ಹೇಳಿಕೊಳ್ಳುವ ಪೆಟ್ಟಿಗೆಯೊಂದಿಗೆ ಮೆಟ್ಟಿಲಿಳಿದು ಬಂದ. ಕಿಸೆಯಿಂದ ಕೆಲವು ನೋಟುಗಳನ್ನು ತೆಗೆದು ಎಣಿಸಿ ಅದನ್ನು ಕಲ್ಯಾಣಿಯಮ್ಮನ ಹತ್ತಿರ ತಂದಿಟ್ಟ. ಬಹಳ ಕಾಲ ತನಗೆ ಅನ್ನ ನೀಡಿದ ಆ ಮಹಿಳೆಯನ್ನು ಅವನು ಗೌರವದಿಂದ ತಲೆಬಾಗಿ ನಮಸ್ಕರಿಸಿದ. ಅವನು ಅವರ ಬಳಿ ಏನೇನೋ ಹೇಳಿದ. ಕಲ್ಯಾಣಿಯಮ್ಮನಿಗೆ ಆತ ಹೇಳಿದ್ದು ಸ್ವಲ್ಪವೂ ಅರ್ಥವಾಗಲಿಲ್ಲ. ಕಲ್ಯಾಣಿಯಮ್ಮನನ್ನು ಆಸ್ಪತ್ರೆಯಿಂದ ಕರೆತಂದವರೊಂದಿಗೆ ಏನೇನೋ ಹೇಳಿದ.

ತನ್ನ ಪೆಟ್ಟಿಗೆಯೊಂದಿಗೆ ಜಾಗ ಖಾಲಿ ಮಾಡಲು ತೊಡಗಿದ ಆತನನ್ನು ಕಲ್ಯಾಣಿಯಮ್ಮ ಮೇಲೆದ್ದು ಮತ್ತೆ ಹಿಡಿದುಕೊಂಡರು.

“ನನ್ನ ಭಾನುವನ್ನು ಹಿಂತಿರುಗಿಸದೆ ನಿನ್ನನ್ನು ನಾನೆಲ್ಲಿಗೂ ಹೋಗಲು ಬಿಡುವುದಿಲ್ಲ. ನನ್ನ ಭಾನುವನ್ನು ಕೊಡು. ನಿನಗೆ ಎಷ್ಟು ಬೇಕಾದರೂ ಹಣ ಕೊಡುತ್ತೇನೆ..” ಕಲ್ಯಾಣಿಯಮ್ಮನ ಕೂಗು ಕಣ್ಣೀರು, ಕೊನೆಗೆ ಕೋರಿಕೆಯಾಗಿ ಬದಲಾಯಿತು.

“ ನನ್ನ ಭಾನುವನ್ನು ಕೊಡು ಮಗನೇ. ನೀನು ಅವಳನ್ನು ಯಾರಿಗೆ ಮಾರಿದೆ..?”

“ಕಲ್ಯಾಣಿಯಮ್ಮ ಬಿಡಿ, ಅವನನ್ನು ಹೋಗಲು ಬಿಡಿ, ನಿಮ್ಮ ಮಕ್ಕಳಷ್ಟು ಕ್ರೂರಿಯಾಗಲು ಅವನಿಗೆ ಸಾಧ್ಯವಿಲ್ಲ ಎಂದೇ ಅವನು ಹೇಳಿದ್ದು.”

ಹಿಂದೆ ಉತ್ತರ ಭಾರತದಲ್ಲೆಲ್ಲೋ ಹೋಟೆಲ್ ಕೆಲಸದಲ್ಲಿದ್ದ ನೆರೆಮನೆಯ ರವೀಂದ್ರ ಹೇಳಿದರು. ಕಲ್ಯಾಣಿಯಮ್ಮ ಬಂಗಾಳಿ ಹುಡುಗನ ಮೇಲಿದ್ದ ಹಿಡಿತವನ್ನು ಬಿಟ್ಟು ರವೀಂದ್ರನನ್ನು ನೋಡಿದರು.

“ನಿಮ್ಮ ಮಕ್ಕಳಿಬ್ಬರು ಸೇರಿಕೊಂಡೇ ಭಾನುವಿಗೆ ಬೆಲೆ ಕಟ್ಟಿ ಅವಳನ್ನು ಮಾರಾಟ ಮಾಡಿದ್ದಾರೆ. ಆ ಹಣ ನಿಮಗೆ ಕೊಡಲೆಂದು ಅದನ್ನು ಬಂಗಾಳಿ ಹುಡುಗನ ಕೈಗೆ ಕೊಟ್ಟದ್ದು ಅವರೇ. ಇದರಲ್ಲಿ ಅವನ ಪಾಲು ಏನೂ ಇಲ್ಲ. ಹೇಗಾದರೂ ಮಾಡಿ ಬದುಕಲು ಊರೂರು ಸುತ್ತುವ ಬಡವರು ಅವರು. ಪೊಲೀಸರಿಗೆ ಒಪ್ಪಿಸಿದರೆ ಇದುವರೆಗೂ ಪತ್ತೆಹಚ್ಚಲಾಗದ ಹಲವು ಕೇಸುಗಳನ್ನು ಇವನ ತಲೆಮೇಲೆ ಹೊರಿಸಿ ಬೆದರಿಸಿ ಒಪ್ಪಿಸುತ್ತಾರೆಯೇ ಹೊರತು ಅದರಿಂದ ಬೇರೆ ಪ್ರಯೋಜನವೇನಿಲ್ಲ.”

"ನಾನು ಇದನ್ನು ನಂಬಲಾರೆ. ನನ್ನ ಮಕ್ಕಳು ಭಾನುವನ್ನು ಮಾರಾಟ ಮಾಡುವುದಿಲ್ಲ. ನೀವು ಅವರನ್ನು ಕರೆಯಿರಿ."

ಕಲ್ಯಾಣಿಯಮ್ಮ ಡೈರಿಯಲ್ಲಿ ಬರೆದಿಟ್ಟ ನಂಬರ್ ತೆಗೆದು ರವೀಂದ್ರನಿಗೆ ಕೊಟ್ಟರು. ಇಲಂಜಿಕ್ಕಲ್‌ನ ಲ್ಯಾಂಡ್‌ಫೋನ್‌ನಿಂದ ವಿದೇಶಕ್ಕೆ ಕಾಲ್‌ಗಳನ್ನು ಮಾಡಬಹುದಾದ ಸೌಲಭ್ಯವಿರಲಿಲ್ಲ. ಮಕ್ಕಳು ಆಗಾಗ್ಗೆ ಕಾಲ್ ಮಾಡುತ್ತಿದ್ದುದರಿಂದ ಕಲ್ಯಾಣಿಯಮ್ಮನಿಗೆ ಅವರನ್ನು ಕರೆಯಬೇಕಾದ ಅಗತ್ಯವೂ ಬಂದಿರಲಿಲ್ಲ.

ರವೀಂದ್ರ ತನ್ನ ಮೊಬೈಲ್ ತೆಗೆದು ಕಾಲ್ ಮಾಡಿದಾಗ ಆ ಕಡೆಯಿಂದ ಪ್ರತಿಕ್ರಿಯೆ ಕೇಳಿಸಿತು.

"ಹಲೋ, ನಾನು ರವೀಂದ್ರ ಮಾತನಾಡುತ್ತಿದ್ದೇನೆ. ಒಂದು ನಿಮಿಷ, ನಾನು ಫೋನ್ ನಿಮ್ಮ ಅಮ್ಮನಿಗೆ ಕೊಡುತ್ತೇನೆ" ಮೊಬೈಲ್ ಕಲ್ಯಾಣಿಯಮ್ಮನಿಗೆ ನೀಡುವಾಗ ರವೀಂದ್ರ ಹೇಳಿದ

"ಪ್ರಸಾದ ಮಾತನಾಡುತ್ತಿದ್ದಾನೆ. ಕೇಳಿ ನೋಡಿ.."

"ಮಗನೇ..ನೀನು ನಮ್ಮ ಭಾನುವನ್ನು ಮಾರಾಟ ಮಾಡಿದ್ದೀಯಾ.." ಕಲ್ಯಾಣಿಯಮ್ಮ ಯಾವುದೇ ಪೀಠಿಕೆ ಹಾಕದೆ ನೇರ ವಿಷಯಕ್ಕೆ ಇಳಿದರು.

"ಭಾನುವನ್ನು ಮಾರಾಟ ಮಾಡಿದ್ದು ನಾವೇ.. ನಮಗೆ ಹಸುವಿಗಿಂತ ನಮ್ಮ ಅಮ್ಮ ಮುಖ್ಯ" ಮತ್ತೇನೇನನ್ನೂ ಕೇಳಲಿಲ್ಲ. ಕಲ್ಯಾಣಿಯಮ್ಮ ಮೊಬೈಲ್‌ನತ್ತ ದುರುಗುಟ್ಟಿ ನೋಡಿದರು.

"ಆ ಕಡೆಯಿಂದ ಫೋನ್ ಕಟ್ ಆಯಿತು."

ರವೀಂದ್ರನ್ ಹೇಳಿದರು.

ಬಂಗಾಳಿ ಹುಡುಗ ಮತ್ತೊಮ್ಮೆ ಕಲ್ಯಾಣಿಯಮ್ಮನಿಗೆ ನಮಸ್ಕರಿಸಿ ಹೊರಟುಹೋದ. ಕಲ್ಯಾಣಿಯಮ್ಮನ ತಲೆಯೊಳಗೆ ಜೇನುಗೂಡು ಅಲ್ಲಾಡಿದಂತಾಯಿತು. ಅವರು ತಲೆತಿರುಗಿ ಬೀಳುವಂತಾದರು. ಕೂಡಲೇ ರವೀಂದ್ರನ್ ಅವರನ್ನು ಹಿಡಿದುಕೊಂಡ.

"ಕಲ್ಯಾಣಿಯಮ್ಮ, ನೀವು ಒಳಗೆ ಹೋಗಿ ವಿಶ್ರಾಂತಿ ತೆಗೆದುಕೊಳ್ಳಿ" ರವೀಂದ್ರನ್ ಹೇಳಿದರು.

"ಮಗಾ ರವಿ, ನೀನು ಆದಷ್ಟು ಬೇಗ ಹೋಗಿ ಭಾನುವನ್ನು ಯಾರಿಗೆ ಮಾರಿದ್ದಾರೆ ಎಂದು ತಿಳಿದುಕೊಂಡು ಬಾ. ಎಷ್ಟು ಹಣ ಕೊಟ್ಟಾದರೂ ನಾನು ಅವಳನ್ನು ವಾಪಸ್ ಖರೀದಿಸುತ್ತೇನೆ."

"ಕಲ್ಯಾಣಿಯಮ್ಮ, ನೀವು ಇನ್ನು ಅವಳನ್ನು ಹುಡುಕಬೇಡಿ. ಮಾಂಸ ಮಾರಾಟಗಾರ ರಾಘವನ್ ಅವಳನ್ನು ಖರೀದಿ ಮಾಡಿದ್ದಾನೆ."

ಅಲ್ಲಿಯವರೆಗೆ ಮಾತನಾಡದೇ ಇದ್ದ ರವೀಂದ್ರನ್ ಅವರ ಅಣ್ಣ ನಾರಾಯಣನ್ ಹೇಳಿದರು.

"ನೀವು ಆಸ್ಪತ್ರೆಗೆ ಸೇರಿದ ಎರಡನೇ ದಿನ ಭಾನುವಿನ ಕೊರಳಿನ ಹಗ್ಗ ಹಿಡಿದು ರಾಘವನ್ ಹೋಗುತ್ತಿರುವುದನ್ನು ನೋಡಿದೆ." ಸ್ವಲ್ಪ ಬೇಸರದಿಂದ ನಾರಾಯಣನ್ ವಿವರಿಸಿದರು.

ಕಲ್ಯಾಣಿಯಮ್ಮ ಕರುಣೆಯಿಂದ ರವೀಂದ್ರನನ್ನು ನೋಡಿದರು. ರವೀಂದ್ರನ್ ವೇಗವಾಗಿ ರಾಘವನ್ ಮನೆಗೆ ಧಾವಿಸಿದರು. ಕಲ್ಯಾಣಿಯಮ್ಮ ಮತ್ತು ನೆರೆಹೊರೆಯವರು ಹಚೆಯಲ್ಲಿ ಬೆಂದವರಂತೆ ಅಸ್ವಸ್ಥರಾಗಿ ಜಗಲಿಯಲ್ಲಿ ಕಾಯುತ್ತಾ ಕುಳಿತರು. ದಾಪುಗಾಲಿಡುತ್ತಾ ಹೋಗಿದ್ದ ರವೀಂದ್ರನ್ ನಿಧಾನವಾಗಿ ಹೆಜ್ಜೆಯ ಮೇಲೆ ಹೆಜ್ಜೆಯಿಡುತ್ತಾ ಬರುತ್ತಿರುವುದನ್ನು ನೋಡಿ ಕಲ್ಯಾಣಿಯಮ್ಮನ ಮನಸ್ಸಿನಲ್ಲಿ ಸಂಕಟ ಹೊತ್ತಿ ಉರಿಯಿತು.

"ಕಲ್ಯಾಣಿಯಮ್ಮ, ಭಾನುವನ್ನು ಇನ್ನು ಕಾಯುವುದು ಬೇಡ." ಅಷ್ಟು ಹೇಳಿ ರವೀಂದ್ರನ್ ತಲೆ ಬಗ್ಗಿಸಿದರು.

ನೋವು ತಾಳಲಾಗದೆ ನಾಚಿಕೆ ಎಲ್ಲವನ್ನೂ ಮರೆತು ಕಲ್ಯಾಣಿಯಮ್ಮ ಆ ಜಗಲಿಯಲ್ಲಿ ಬಿದ್ದು ಹೊರಳಾಡಿ ಗಟ್ಟಿಯಾಗಿ ಅಳತೊಡಗಿದರು.

"ನನ್ನ ಭಾನು, ನಾನು ಇದನ್ನು ಹೇಗೆ ಸಹಿಸಲಿ."

ತಮ್ಮ ಒಡನಾಡಿಯ ದಾರುಣ ಅಂತ್ಯ ಅರಿತ ಮನೆ, ಹಿತ್ತಲು, ಗಿಡಬಳ್ಳಿ, ವೃಕ್ಷಗಳು ಮೌನವಾಗಿ ಅತ್ತವು.

ಇಲಂಜಿಕ್ಕಲ್ ತರವಾಡಿನ ಎಲ್ಲೆಡೆ ಭಾನುವಿನ ಎದೆಬಿರಿಯುವ ಆರ್ತನಾದ ಪ್ರತಿಧ್ವನಿಸುವಂತೆ ಅವರಿಗನಿಸಿತು.

ಹಾಗಾಗಿಯೇ ಅವರು ತರವಾಡಿಗೆ ಬೀಗ ಹಾಕಿ ಕೀಲಿಕೈಯನ್ನು ಹತ್ತಿರದ ಸಂಬಂಧಿಯಾದ ಹುಡುಗನ ಕೈಗೆ ಕೊಟ್ಟು, ಮಕ್ಕಳ ಆಸೆಯಂತೆ 'ಸ್ನೇಹತೀರಂ' ಸೇರಿದ್ದರು.

ಆದರೆ, ಹಲವು ರಾತ್ರಿಗಳಲ್ಲಿ ಬೆಚ್ಚಿಬಿದ್ದು ಬೊಬ್ಬಿಡುವುದು, ಬೆಳಗಾಗುವವರೆಗೆ ಕೋಣೆಯಲ್ಲಿ ಲೈಟ್ ಹಾಕಿಕೊಂಡು ಮಲಗದೇ ಇರುವುದು, ರಾತ್ರಿ ನಿದ್ರಿಸದೆ ಅದರ ಆಯಾಸಕ್ಕೆ ಹಗಲು ನಿದ್ರೆ ಮಾಡುತ್ತಾ, ಸರಿಯಾದ ಸಮಯಕ್ಕೆ ಆಹಾರ ಸೇವಿಸದ ಕಾರಣ ಕಲ್ಯಾಣಿಯಮ್ಮ ಸ್ನೇಹತೀರಂನ ಹಲವು ನಿವಾಸಿಗಳಿಗೆ ಒಂದು ವಿಚಿತ್ರ ವ್ಯಕ್ತಿಯಂತೆ ಕಂಡರು. ಈ ವಿಷಯ ಸ್ವಾಮೀಜಿಯ ಗಮನಕ್ಕೂ ಬಂತು.

ಕಲ್ಯಾಣಿಯಮ್ಮನ ಆರೋಗ್ಯ ದಿನೇದಿನೆ ಕುಂದುತ್ತಿರುವುದನ್ನು ಅವರೂ ಗಮನಿಸಿದ್ದರು. ಕೆಲವೇ ಕೆಲವು ದಿನಗಳಲ್ಲಿ ಅವರು ಕೃಶಕಾಯರಾಗಿದ್ದರು. ಕಣ್ಣುಗಳು ಹೊಂಡಕ್ಕಿಳಿದಂತೆ ಕಾಣಿಸುತ್ತಿದ್ದವು. ಬದುಕಿನ ಭರವಸೆಯ ಬೆಳಕು ಬತ್ತಿಹೋದಂತೆ ಕಣ್ಣುಗಳು ಕಾಣಿಸಿಕೊಂಡಿದ್ದವು.

"ಅಮ್ಮ ನಿಮಗೆ ಇಲ್ಲಿ ಏನಾದರೂ ಕಷ್ಟವಿದ್ದರೆ ಅದನ್ನು ನಮ್ಮೊಡನೆ ಹೇಳಿಕೊಳ್ಳಲು ಹಿಂಜರಿಯಬೇಡಿ. ಅದು ಗೊತ್ತಾದರೆ ತಾನೆ ಪರಿಹರಿಸಲು ಸಾಧ್ಯ" ಕಲ್ಯಾಣಿಯಮ್ಮನನ್ನು

ನೋಡಲು ಬಂದ ಸ್ವಾಮೀಜಿ ಹೇಳಿದರು.

"ನನಗಿಲ್ಲಿ ಯಾವ ಕಷ್ಟವೂ ಇಲ್ಲ."

ಕಲ್ಯಾಣಿಯಮ್ಮ ಮುಖದಲ್ಲಿ ನಗು ತರಲು ಪ್ರಯತ್ನಿಸಿದರೂ, ವಿಫಲರಾಗುವುದನ್ನು ಸ್ವಾಮೀಜಿ ಕರುಣೆಯಿಂದ ನೋಡುತ್ತಾ ನಿಂತರು. ಅವರು ಪ್ರೀತಿಯಿಂದ ಅವರ ಹಣೆಯನ್ನು ನೇವರಿಸಿದರು.

"ಅಮ್ಮ ನೀವು ಸರಿಯಾದ ಸಮಯಕ್ಕೆ ಆಹಾರ ಸೇವಿಸುತ್ತಿಲ್ಲ, ನಿದ್ದೆ ಕೂಡ ಮಾಡುತ್ತಿಲ್ಲ ಎಂದನಿಸುತ್ತದೆ."

"ಮನಸ್ಸಿನಲ್ಲಿ ಸಾವನ್ನಪ್ಪಿದವರಿಗೆ ಹಗಲು, ರಾತ್ರಿ ಎಂದೇನಿಲ್ಲ ಸ್ವಾಮೀಜಿ. ಆಹಾರದಿಂದಲೋ, ಔಷಧಿಯಿಂದಲೋ ನನ್ನ ಕಾಯಿಲೆ ವಾಸಿಯಾಗದು."

ಅಮ್ಮನದು ದೇಹದ ಕಾಯಿಲೆ ಅಲ್ಲ, ಮನಸ್ಸಿನ ಕಾಯಿಲೆ ಎಂದು ಸ್ವಾಮೀಜಿಗೆ ತಿಳಿಯಿತು.

"ಅಮ್ಮ ನಿಮಗೆ ಏನಾದರೂ ಆಸೆ ಇದೆಯೇ? ಎಲ್ಲಿಗಾದರೂ ಹೋಗಬೇಕೆಂದೋ ಅಥವಾ ಯಾರನ್ನಾದರೂ ನೋಡಬೇಕೆಂದು ಅನಿಸುತ್ತಿದೆಯೇ?"

ಕಲ್ಯಾಣಿಯಮ್ಮ ಏನೋ ಆಲೋಚನೆ ಮಾಡುತ್ತಿದ್ದರು.

"ಹೇಳಿ ಅಮ್ಮ, ನಮ್ಮಿಂದ ಸಾಧ್ಯವಾಗುವುದಿದ್ದರೆ ಖಂಡಿತವಾಗಿಯೂ ಅದನ್ನು ಸಾಧಿಸಿ ಕೊಡುತ್ತೇವೆ." ಸ್ವಾಮೀಜಿ ಉದಾರತೆ ತೋರಿಸಿದರು.

"ನನಗೆ ನನ್ನ ಮೊಮ್ಮಕ್ಕಳನ್ನು ನೋಡಬೇಕೆಂದೆನಿಸಿದೆ. ಅವರೊಂದಿಗೆ ನನ್ನ ಇಲಂಜಿಕ್ಕಲ್ ತರವಾಡಿನಲ್ಲಿ ಸ್ವಲ್ಪ ದಿವಸ ಕಳೆಯಬೇಕೆಂಬ ಆಸೆಯಿದೆ."

"ನಾನು ಪ್ರಯತ್ನಿಸುತ್ತೇನೆ" ಎಂದು ಹೇಳಿ ಸ್ವಾಮೀಜಿ ವಾಪಸಾದರು.

ಅಂದು ರಾತ್ರಿ ಅವರು ಪ್ರಸಾದನನ್ನು ಕರೆದು ಅಮ್ಮನ ಆಸೆಯನ್ನು ತಿಳಿಸಿದರು. ಕೆಲಸದ ಒತ್ತಡ ಇದೆ. ಈಗ ಊರಿಗೆ ಬಂದರೆ ಉಂಟಾಗಬಹುದಾದ ತೊಂದರೆಗಳನ್ನು ವಿವರಿಸಿದ ಪ್ರಸಾದ, ಎರಡು ತಿಂಗಳೊಳಗೆ ಕುಟುಂಬಸಮೇತವಾಗಿ ಊರಿಗೆ ಬರುವುದಾಗಿ ಭರವಸೆ ನೀಡಿದ. ಪ್ರಕಾಶನಿಗೆ ಕೂಡ ಇದನ್ನು ಬಿಟ್ಟು ಹೇಳಲು ಬೇರೇನೂ ಕಾರಣಗಳು ಇರಲಿಲ್ಲ. ಅಣ್ಣ ಮತ್ತು ಕುಟುಂಬ ಊರಿಗೆ ಬರುವಾಗ ತಾನು ಕೂಡ ಜೊತೆಯಲ್ಲಿರುತ್ತೇನೆ ಎಂದು ಆತ ಕೂಡ ಸ್ವಾಮೀಜಿಗೆ ಮಾತುಕೊಟ್ಟ. ಮಕ್ಕಳ ಭರವಸೆಯ ಮಾತುಗಳನ್ನು ಕಲ್ಯಾಣಿಯಮ್ಮನಿಗೆ ತಿಳಿಸಲು ಸ್ವಾಮೀಜಿ ಹಿಂಜರಿದರು. ಸ್ವಾಮೀಜಿಯ ನಿರೀಕ್ಷೆಯೊಂದಿಗೆ ಕಲ್ಯಾಣಿಯಮ್ಮ ಹಲವು ದಿನಗಳನ್ನು ಕಳೆದರೂ ಅದರಿಂದ ಪ್ರಯೋಜನವಾಗಲಿಲ್ಲ.

ಕಲ್ಯಾಣಿಯಮ್ಮನ ಆರೋಗ್ಯ ಮತ್ತಷ್ಟು ಬಿಗಡಾಯಿಸಿತು. ಉಸಿರಾಡಲು, ನಿಂತುಕೊಳ್ಳಲು, ಕುಳಿತುಕೊಳ್ಳಲು ಕೂಡ ಕಷ್ಟವಾಗತೊಡಗಿತು. ನಿತ್ಯಕರ್ಮ ಮಾಡಲು ಕೂಡ ಇತರರನ್ನು ಅವಲಂಬಿಸಬೇಕಾದ ಸ್ಥಿತಿ ನಿರ್ಮಾಣವಾಯಿತು. ವೈದ್ಯರು

ನಿರಂತರವಾಗಿ ಅವರ ಕೊಠಡಿಗೆ ಬಂದು ಹೋಗತೊಡಗಿದರು. ಆರೋಗ್ಯ ಮತ್ತಷ್ಟು ಬಿಗಡಾಯಿಸಿದಾಗ ಸ್ವಾಮೀಜಿ ಮತ್ತೆ ಒಹಾಯೋವಿಗೆ ಕರೆ ಮಾಡಿದರು. ಅಮ್ಮನ ಸ್ಥಿತಿ ಚಿಂತಾಜನಕವಾಗಿದ್ದು, ಪ್ರಸಾದ ಹಾಗೂ ಮೊಮ್ಮಕ್ಕಳನ್ನು ಕೊನೆಯದಾಗಿ ನೋಡಲು ಆಸೆ ಪಡುತ್ತಿದ್ದು, ಆದಷ್ಟು ಬೇಗ ಊರಿಗೆ ಬರಬೇಕೆಂದು ತಿಳಿಸಿದರು.

"ಇದು ಜನವರಿ ಲಾಸ್ಟ್ ವೀಕ್. ಮಾರ್ಚ್ ಫಸ್ಟ್ ವೀಕ್‌ನಲ್ಲೇ ನಾವು ಬರುತ್ತೇವೆ. ಅದರ ಮಧ್ಯೆ ಬರಲು ಸಾಧ್ಯವೇ ಇಲ್ಲ."

"ಇದು ಸರಿಯಲ್ಲ" ಉಕ್ಕಿ ಬರುತ್ತಿರುವ ಸಿಟ್ಟನ್ನು ಹಾಗೆಯೇ ಸಹಿಸಿಕೊಂಡು ಸ್ವಾಮೀಜಿ ಹೇಳಿದರು. "ಮಾರ್ಚ್‌ವರೆಗೆ ಅವರು ಬದುಕಿರುತ್ತಾರೆ ಎಂದು ನೀವು ತೀರ್ಮಾನಿಸಿ ಬಿಟ್ಟಿರಾ. ನೀವು ಒಮ್ಮೆ ಬಂದು ಅವರನ್ನು ನೋಡಿಕೊಂಡು ಹೋಗಿ. ಹಾಗೆ ಮಾಡಿದರೆ ಅವರ ಕಾಯಿಲೆ ವಾಸಿಯಾಗುತ್ತದೆ. ಇನ್ನೂ ಹೆಚ್ಚಿನ ಕಾಲ ಆ ಸಾಧು ಮಹಿಳೆ ಬದುಕಿರುತ್ತಾರೆ."

ಅದನ್ನು ಕೇಳಿ ಅಷ್ಟೂ ಹೊತ್ತು ಮೌನವಾಗಿದ್ದ ಪ್ರಸಾದ ಒಂದು ರಹಸ್ಯವನ್ನು ಹೇಳಿದ. "ಸ್ವಾಮೀಜಿ ನಾವು ಒಬ್ಬ ಸ್ವಾಮೀಜಿ ಬಳಿ ಅಮ್ಮನ ಜಾತಕ ತೋರಿಸಿದೆವು. ಹೆಚ್ಚೆಂದರೆ ಮಾರ್ಚ್‌ವರೆಗೆ ಅಮ್ಮ ಬದುಕಿರುತ್ತಾರೆ ಎಂದು ಅವರು ಹೇಳಿದರು. ನಾವು ಈಗ ಬಂದರೆ ಮತ್ತೆ ಪುನಃ ಮಾರ್ಚ್ ತಿಂಗಳಲ್ಲಿ ಎಲ್ಲವನ್ನೂ ಪ್ಯಾಕ್ ಮಾಡಿಕೊಂಡು ಬರಬೇಕಾಗುತ್ತದೆ. ಅದಕ್ಕಾಗಿಯೇ ನಾನು ಮಾರ್ಚ್‌ನಲ್ಲಿ ಬರುತ್ತೇನೆ ಎಂದು ಹೇಳಿದ್ದು."

ಸ್ವಾಮೀಜಿ ಕೂಡಲೇ ಫೋನ್ ಕಟ್ ಮಾಡಿದರು. ಮನದಾಳದ ಬೇಗುದಿಯಲ್ಲಿ ಅವರ ಮನಸ್ಸು ನರಳಿತು. ಮಕ್ಕಳು, ಮೊಮ್ಮಕ್ಕಳ ನಿರೀಕ್ಷೆಯಲ್ಲಿ ತನ್ನ ಕೊನೆಯ ಕ್ಷಣಗಳನ್ನು ಕಾಯುತ್ತಿರುವ ಆ ಸಾಧು ಮಹಿಳೆಗೆ ಏನು ಹೇಳಬೇಕೆಂದು ತಿಳಿಯದೆ ಅವರು ತಳಮಳಗೊಂಡರು. ಏನಾದರೂ ಸುಳ್ಳು ಹೇಳಿಯಾದರೂ ಕಲ್ಯಾಣಿಯಮ್ಮನ ಜೀವವನ್ನು ಉಳಿಸಿಕೊಳ್ಳಬೇಕೆಂದು ಅವರಿಗೆ ಅನಿಸಿತು. ಕಲ್ಯಾಣಿಯಮ್ಮನ ಕೋಣೆಗೆ ಹೋದಾಗ ಅಲ್ಲಿ ವೈದ್ಯರು, ಸಹಾಯಕಿಯರು, ಕೆಲವು ನಿವಾಸಿಗಳು ಮೌನವಾಗಿ ನಿಂತಿರುವುದನ್ನು ಅವರು ನೋಡಿದರು. ಕಲ್ಯಾಣಿಯಮ್ಮ ತನ್ನ ಮಂಚದಲ್ಲಿ ನಿಶ್ಚಲವಾಗಿ ಮಲಗಿದ್ದರು.

"ಮನದಲ್ಲಿ ಈಗಾಗಲೇ ಸಾವನ್ನಪ್ಪಿದವರಿಗೆ ಆತ್ಮವನ್ನು ಕೈಬಿಡಲು ಕಷ್ಟವೇನೂ ಇಲ್ಲ ಸ್ವಾಮೀಜಿ" ಎಂದು ನಿಶ್ಚಲ ದೇಹ ತನಗೆ ಹೇಳುತ್ತಿರುವುದಾಗಿ ಸ್ವಾಮೀಜಿ ಅರ್ಥಮಾಡಿಕೊಂಡರು.

ಆತ್ಮದ ನೆರಳು

ರಾಷ್ಟ್ರದ ಈಶಾನ್ಯ ಭಾಗದ ಗಿರಿಶಿಖರಗಳಿಂದ ತುಂಬಿಕೊಂಡಿದ್ದ ರಾಜ್ಯವೊಂದರ ಮುಖ್ಯಸ್ಥರಾಗಿದ್ದರು ಅವರು. ಆಕಾಶವನ್ನು ಮುತ್ತಿಟ್ಟು ನಿಂತಿರುವ ದರ್ದ್‌ಲಾಂಗ್ ಶಿಖರ ಹಾಗೂ ಆಳವಾದ ಕಣಿವೆಯಲ್ಲಿ ನೊರೆಯಂತೆ ಹರಿಯುತ್ತಿದ್ದ ತ್ಲಾಂಗ್ ನದಿಯ ಮಧ್ಯದಲ್ಲಿ ಚಾಚಿ ನಿಂತಿರುವ ಸಿಲ್ವನ್ ಕಣಿವೆಯ ಪರ್ವತನಗರದಲ್ಲಿ ಆಡಳಿತಾಧಿಕಾರಿಯ ಕಚೇರಿ ಹಾಗೂ ವಸತಿ ಇತ್ತು. ಆಕಾಶದಷ್ಟು ಎತ್ತರಕ್ಕೆ ಎಡೆಬಿಡದೆ ಬೆಳೆದು ನಿಂತಿರುವ ಗಾಢ ಹಸಿರು ಬಣ್ಣದ ಬೃಹತ್ ಮರಗಳ ಮಧ್ಯದಲ್ಲಿ ಹೂಂಕರಿಸಿ ಬೀಸುವ ಗಾಳಿ ಹಾಗೂ ಕಣಿವೆಯಲ್ಲಿ ಹರಿಯುತ್ತಿರುವ ಕ್ಲೋಂಗ್ ನದಿಯಲ್ಲಿ ಮುಕ್ತಿ ಹೊಂದುವ ಸಲುವಾಗಿ ಪರ್ವತಗಳ ನೆತ್ತಿಯಿಂದ ಕವಲುಗಳಾಗಿ ಹರಿಯುವ ನೀರಿನ ಒರತೆಯ ಶಬ್ದ ಕೇಳಿಸುವ ಆ ನಿಶಬ್ದ ನಗರದಲ್ಲಿ ಮೊದಲ ಬಾರಿ ಬಂದಿಳಿದಾಗ ಹದಿನೈದನೇ ಶತಮಾನದ ಮೊದಲರ್ಧ

ಭಾಗದಲ್ಲಿ ಪೆರುವಿನ ಇಂಕಗಳು ನಿರ್ಮಿಸಿದ ಮಾಚ್ಚುಪಿಚ್ಚ ಎಂಬ ಪರ್ವತನಗರ ಅದೇಕೋ ಅವರಿಗೆ ನೆನಪಾಯಿತು. ಸುಮಾರು ಒಂದೂಕಾಲು ಶತಕದ ಪರಂಪರೆ ಈ ನಗರಕ್ಕಿದೆ. ಕೊಲೋನಿಯಲ್ ಆಡಳಿತದ ಸಮಯದಲ್ಲಿ ಬ್ರಿಟಿಷ್ ಅಧಿಕಾರಿಗಳ ರಜಾದಿನಗಳ ವಿಶ್ರಾಂತಿಕೇಂದ್ರವಾಗಿತ್ತು ಅದು. ಅವರು ವಾಸಿಸಿದ್ದ ಅದೇ ಕಟ್ಟಡವೇ ಇಂದು ಆಡಳಿತದ ಕೇಂದ್ರವಾಗಿದೆ. ಆಧುನಿಕ ವಾಸ್ತುಶಿಲ್ಪಕ್ಕೆ ಸರಿಸಮಾನವಾಗಿ ಕಟ್ಟಿದ ಆ ಕಟ್ಟಡದಲ್ಲೇ ಅವರಿಗೆ, ಅವರ ಪರ್ಸನಲ್ ಸ್ಟಾಫ್ ಹಾಗೂ ಅತಿಥಿಗಳಿಗೆ ವಾಸಿಸಲು ವ್ಯವಸ್ಥೆ ಮಾಡಲಾಗಿತ್ತು. ಭೋಜನ ಕೊಠಡಿ, ಗ್ರಂಥಾಲಯ, ವ್ಯಾಯಾಮ ಕೇಂದ್ರ ಎಲ್ಲವೂ ಅದರಲ್ಲಿತ್ತು.

ತನ್ನ ಸ್ವಂತ ಊರಿಗಿಂತ ಈ ಹೊಸ ಪ್ರದೇಶದ ಹಗಲು, ರಾತ್ರಿ ಭಿನ್ನವಾಗಿದೆ ಎಂದೇ ಅವರಿಗೆ ಅನಿಸಿತು. ಊರಲ್ಲಾದರೆ ಸಂಜೆ ಕಳೆದು ರಾತ್ರಿಯಾಗಿ, ಮಧ್ಯರಾತ್ರಿಯ ವೇಳೆ ಬೆಳಕು ಹರಡಲು ಆರಂಭಿಸುತ್ತದೆ. ಒಂದೇ ದಿನದಲ್ಲಿ ಒಂದರ ಹಿಂದೆ ಒಂದಂತೆ ಮಂಜು, ಮಳೆ, ಬಿಸಿಲು ಅತಿಥಿಗಳಂತೆ ಆಗಮಿಸುವ ಆ ವಿಚಿತ್ರ ರಾಜ್ಯ ಅವರ ಮನಸ್ಸಿನಲ್ಲಿ ಗಟ್ಟಿಯಾಗಿ ನೆಲೆನಿಂತಿತು. ಶಾಂತ ಸ್ವಭಾವದ, ನೀತಿವಂತರಾದ,

ನೋಡಲು ಸುಂದರರಾದ ಅಲ್ಲಿನ ಜನರು ಮಂಗೋಲಿಯನ್ ವಂಶಸ್ಥರಾಗಿದ್ದರು. ಅವರು ಮನೆ ಮತ್ತು ಸುತ್ತಲಿನ ಪರಿಸರ ಮಾತ್ರವಲ್ಲ, ಸಾರ್ವಜನಿಕ ಸ್ಥಳಗಳ ತ್ಯಾಜ್ಯವನ್ನು ಕೂಡ ಗುಡಿಸಿ ತೆಗೆದು ಸ್ವಚ್ಛಗೊಳಿಸುತ್ತಿದ್ದರು. ತರಕಾರಿ, ಹಣ್ಣುಗಳನ್ನು ಮಾರಾಟಕ್ಕಿಟ್ಟಿರುವ ರಸ್ತೆಬದಿಯ ಬಹುತೇಕ ಅಂಗಡಿಗಳಲ್ಲಿ ಮಾಲೀಕರಾಗಲಿ, ತೂಕ ಮಾಡಿಕೊಡುವವರು ಕೂಡ ಇರುತ್ತಿರಲಿಲ್ಲ. ಗ್ರಾಹಕರು ತಮಗೆ ಅಗತ್ಯವಿರುವಷ್ಟು ವಸ್ತುಗಳನ್ನು ಸ್ವಯಂ ತೂಕ ಮಾಡಿ ತೆಗೆದುಕೊಳ್ಳಬಹುದು. ಅಂಗಡಿಯಲ್ಲಿ ತೂಗಿ ಹಾಕಿರುವ ಬೆಲೆಯ ಪಟ್ಟಿಯನ್ನು ನೋಡಿ ಲೆಕ್ಕ ಹಾಕಿ ಹಣವನ್ನು ಅಲ್ಲಿದ್ದ ಪೆಟ್ಟಿಗೆಯಲ್ಲಿ ಹಾಕಬೇಕು. ರಸ್ತೆಯಲ್ಲಂತೂ ವಾಹನಗಳ ಸ್ಪರ್ಧೆಯೇ ಇಲ್ಲ. ಅವು ಒಂದರ ಹಿಂದೆ ಒಂದರಂತೆ ನಿರ್ದಿಷ್ಟ ಅಂತರದಲ್ಲಿ, ನಿರ್ದಿಷ್ಟ ವೇಗದಲ್ಲಿ ಸಾಗುತ್ತವೆ. ವಾಹನಗಳ ಹಾರ್ನ್ ಶಬ್ದ ಕೇಳಿಸದ ನಗರ ಎಂಬ ಖ್ಯಾತಿಯೂ ಆ ನಗರಕ್ಕಿದೆ. ತಮಗಿರುವ ಸೀಮಿತ ಸಂಪತ್ತಿನಲ್ಲಿ ಸಂತೃಪ್ತಿ ಕಾಣುವ ಜನರಾಗಿದ್ದರು ಅವರು. ಭೌತಿಕ ಸಂಪತ್ತಿನ ವಿಷಯದಲ್ಲಿ ಅವರು ಇತರರಿಗಿಂತ ಹಿಂದಿದ್ದರೂ, ಸಾವಿರಾರು ವರ್ಷಗಳ ಭವ್ಯ ಪರಂಪರೆಯನ್ನು ಹೊಂದಿರುವ ಒಂದು ರಾಷ್ಟ್ರದ ಅತ್ಯಂತ ಸಂತೃಪ್ತ ಜನರಾಗಿ ಅವರು ಬದಲಾದುದಕ್ಕೆ ಆಂತರಿಕವಾಗಿ ಅವರು ಸಂತುಷ್ಟರಾಗಿದ್ದುದೇ ಕಾರಣವಾಗಿತ್ತು. ಲುಷಾಯ್ ಗಿರಿಶಿಖರದ ಮಂದವಾದ ಗಾಳಿ ತನ್ನೊಳಗಿನ ದುಃಖಗಳನ್ನು ಶಮನಗೊಳಿಸುವ ದಿವ್ಯೌಷಧವಾಗಲಿದೆ ಎಂದು ಅವರು ಮನಸ್ಸಿನಲ್ಲೇ ಲೆಕ್ಕಹಾಕಿದರು. ಐತಿಹಾಸಿಕ ಹೋರಾಟಗಳು, ರೋಮಾಂಚನಗೊಳಿಸುವ ಪ್ರಣಯ ಕಥೆಗಳು ನಿದ್ರಿಸುವ ಆ ಪ್ರಕೃತಿಯ ಸೌಂದರ್ಯವನ್ನು ಹತ್ತಿರದಿಂದ ಸವಿಯಲು ಅವರು ಅಲ್ಲೆಲ್ಲ ಸಂಚರಿಸಿದರು. ಗಿರಿಶಿಖರಗಳ ನಡುವಿನಿಂದ ಹತ್ತುತ್ತಾ, ಇಳಿಯುತ್ತಾ, ಸುರುಳಿಯಾಗಿ ಸುತ್ತುತ್ತಾ ಅನಂತದೆಡೆಗೆ ಸಾಗುವ ರಸ್ತೆಗಳು. ಬಾಲ್ಕನಿಯಲ್ಲಿ ಕುಳಿತುಕೊಂಡು ದೂರದ ಲುಷಾಯ್ ಪರ್ವತಗಳಲ್ಲಿ ಸೂರ್ಯ ಚಂದ್ರರು ಒಬ್ಬರ ಹಿಂದೆ ಒಬ್ಬರಂತೆ ಬಂದು ಹೋಗುವುದನ್ನು ನೋಡುವಲ್ಲೇ ಅವರ ಆಸ್ವಾದನೆ ಕಳೆಯಿತು.

ಒಂದು ಪಂಚನಕ್ಷತ್ರ ಹೋಟೆಲ್‌ನಲ್ಲಿನ ಒತ್ತೆಯಾಳಂತೆ, ಸಕಲ ಸೌಕರ್ಯಗಳೂ ಇರುವ ತನ್ನ ವಸತಿಯಲ್ಲಿ ಹುದುಗಿಹೋದ ಅವರು ಹೆಚ್ಚಿನ ಸಮಯವನ್ನು ಓದು ಬರಹದಲ್ಲೇ ಕಳೆದರು. ಮುಂಜಾನೆಯಲ್ಲಂತೂ ಮಂಜಿನಿಂದ ಒದ್ದೆಯಾದ ಉದ್ಯಾನದಲ್ಲಿ ನಡೆಯುವುದು ಅವರಿಗೆ ನಿತ್ಯದ ಅಭ್ಯಾಸವಾಗಿ ಮಾರ್ಪಟ್ಟಿತು. ವೃತ್ತಾಕಾರದಲ್ಲಿ ನಿರ್ಮಿಸಿರುವ ವಿಶಾಲವಾದ ಉದ್ಯಾನದ ಸುತ್ತ ಕಲ್ಲಿನಿಂದ ನಿರ್ಮಿಸಿದ ನಡಿಗೆಯ ಪಥವಿದೆ. ಅದರ ಇಕ್ಕೆಲಗಳಲ್ಲಿ ಅರಳಿ ನಿಂತಿರುವ ಬಣ್ಣಬಣ್ಣದ ಹೂವುಗಳು ಮನಸ್ಸಿಗೆ ನೀಡುವ ಶಕ್ತಿ ಅವರ್ಣನೀಯವಾಗಿತ್ತು. ಹೂಗಳು ಮಾತ್ರವಲ್ಲ, ಹಲವು ರೀತಿಯ ಹಣ್ಣುಗಳೂ ಅಲ್ಲಿದ್ದವು. ನಡಿಗೆಯ ಮಧ್ಯೆ ಮಾಗಿದ ದ್ರಾಕ್ಷಿಗಳನ್ನು ಕಿತ್ತು ತಿನ್ನುವಾಗ ಸಿಹಿ ತಿನ್ನಬಾರದೆಂದು ಹೆಂಡತಿ ಹೇರಿದ್ದ ನಿಷೇಧ ಉಲ್ಲಂಘಿಸಿದ್ದ ತುಂಟತನದ ಅನುಭವ ಅವರಿಗಾಗುತ್ತಿತ್ತು. ಸೊಂಟದೆತ್ತರಕ್ಕೆ ಮಾತ್ರ ಬೆಳೆದಿರುವ ಮರಗಳು ಫಲಬಿಟ್ಟು ನಿಂತಿರುವುದನ್ನು ನೋಡುವುದೇ ಕಣ್ಣಿಗೆ ತಂಪು ನೀಡುತ್ತಿತ್ತು. ಆದರೆ ಅವುಗಳಲ್ಲಿ

ಅತ್ಯಂತ ಚಿಕ್ಕದಾದ ಮಾವಿನ ಮರವೊಂದು ಅವರನ್ನು ತುಂಬಾ ಆಕರ್ಷಿಸಿತ್ತು. ಆಡಳಿತ ಕೇಂದ್ರಕ್ಕೆ ಬಂದ ಸಮಯದಲ್ಲಿ ತನ್ನ ಪ್ರೀತಿಯ ಗೆಳೆಯನೊಬ್ಬನ ನೆನಪಿಗಾಗಿ ಅವರೇ ತನ್ನ ಕೈಯಾರೆ ಆ ಗಿಡವನ್ನು ನೆಟ್ಟಿದ್ದರು. ಅವರ ಬೇಡಿಕೆಯಂತೆ ಬೊಟಾನಿಕಲ್ ಗಾರ್ಡನ್‌ನ ಜವಾಬ್ದಾರಿ ವಹಿಸಿದ್ದ ನೌಕರ ತಂದುಕೊಟ್ಟಿದ್ದ ಹಲವು ವಿಶೇಷತೆಗಳಿದ್ದ ಗಿಡವಾಗಿತ್ತು ಅದು. ಬೆಳಗಿನ ನಡಿಗೆಯ ವೇಳೆ ತನ್ನ ಮೊಮ್ಮಗನ ಕೆನ್ನೆಯನ್ನು ನೇವರಿಸುವಂತೆ ಅವರು ಆ ಮಾವಿನ ಗಿಡವನ್ನು ನೇವರಿಸಿ ಮುದ್ದಿಸುತ್ತಿದ್ದರು. ಭಾರಿ ಮಂಜು ಬೀಳುವ ಸಮಯದಲ್ಲಿ ಹಲವು ಬಾರಿ ಬೆಳಗ್ಗಿನ ನಡಿಗೆಯನ್ನು ಮೊಟಕುಗೊಳಿಸಿದಂತಹ ದಿನಗಳಲ್ಲೆಲ್ಲ ತನಗೆ ಪ್ರಿಯವಾದುದು ಏನೋ ಕಳೆದುಹೋದಂತಹ ಅನುಭವ ಅವರಿಗಾಗುತ್ತಿತ್ತು. ಮಾರನೇ ದಿನ ಉಳಿದ ದಿನಗಳಿಗಿಂತಲೂ ಹೆಚ್ಚಿನ ಸಮಯವನ್ನು ಆ ಚಿಕ್ಕ ಮಾವಿನ ಮರದ ಬಳಿ ಕಳೆದು ಆ ನೋವನ್ನು ನೀಗಿಸುತ್ತಿದ್ದರು. ತಿಂಗಳುಗಳು ಕಳೆದಂತೆ ಆ ಮಾವಿನ ಮರದಲ್ಲಿ ಎರಡ್ಮೂರು ಹೂವಿನ ಗೊಂಚಲುಗಳು ಕಾಣಿಸಿಕೊಂಡಿದ್ದವು. ಅವರು ಹಿಂದೆಂದಿಗಿಂತಲೂ ಹೆಚ್ಚಿನ ಉತ್ಸಾಹದೊಂದಿಗೆ ಪ್ರತಿಯೊಂದು ದಿನವನ್ನೂ ಅದರ ಬಳಿಯಲ್ಲಿ ಕಳೆಯಲಾರಂಭಿಸಿದರು. ಆ ಹೂವಿನ ಗೊಂಚಲಿನಲ್ಲಿ ಸಣ್ಣ ಮಿಡಿಗಳು ಕಾಣಿಸಿಕೊಂಡರೂ ಅವೆಲ್ಲವೂ ಗಾಳಿಗೆ, ಬಿಸಿಲಿಗೆ ಒಣಗಿ ಒಂದೊಂದಾಗಿ ಬಿದ್ದುಹೋದಾಗ ಅವರು ಬೇಸರಗೊಂಡರು. ಆದರೆ ಒಂದು ಮಿಡಿ ಮಾತ್ರ ಎಲ್ಲಾ ಅಡೆತಡೆಗಳನ್ನು ಮೆಟ್ಟಿ ನಿಂತುಕೊಂಡಿತು. ದಿನಗಳು ಕಳೆದಂತೆ ಅದು ಕಾಯಿಯಾಗಿ ಬೆಳೆದು ಹಣ್ಣಾಗತೊಡಗಿತು. ನೋಡಿದವರೆಲ್ಲರನ್ನೂ ಆಕರ್ಷಿಸುವಂತಹ ಗುಲಾಬಿ ಬಣ್ಣವನ್ನು ಅದು ಹೊಂದಿತ್ತು.

ಅವರು ತನ್ನ ಮಾವಿನ ಮರದ ಬಗ್ಗೆ, ಅದರಲ್ಲಾದ ಮಾವಿನ ಕಾಯಿಯ ಬಗ್ಗೆ ಪ್ರೀತಿಪಾತ್ರರ ಬಳಿ ಹೇಳತೊಡಗಿದರು.

"ಒಂದು ಮಾವಿನ ಗಿಡ ನೆಟ್ಟು, ಅದು ಬೆಳೆದು ಅದರಲ್ಲಿ ಕಾಯಿ ಕಾಣಿಸಿಕೊಳ್ಳುವುದರ ಬಗ್ಗೆ ಇಷ್ಟೆಲ್ಲಾ ವರ್ಣಿಸಲು ಏನಿದೆ? ನೀವು ಮೊದಲ ಬಾರಿ ಗಿಡ ನೆಟ್ಟ ಕಾರಣ ಹೀಗೆಲ್ಲ ಅನಿಸುತ್ತದೆ" ಅವರ ಉತ್ಸಾಹ ಕಂಡು ಹೆಂಡತಿ ಕೀಟಲೆ ಮಾಡಿದಳು.

"ನಿನಗೆ ಅದೆಲ್ಲ ಹೇಳಿದರೆ ಅರ್ಥ ಆಗುವುದಿಲ್ಲ. ಅದೊಂದು ಸಾಧಾರಣ ಗಿಡವಲ್ಲ. ಅದರ ಕಾಯಿ ಸಾಧಾರಣ ಕಾಯಿಯೂ ಅಲ್ಲ."

"ಹೌದು, ಅದು ಯಾವುದೋ ಉತ್ತಮ ತಳಿಯ ಕಸಿಗಿಡ ಎಂದು ಹೇಳುವುದನ್ನು ಕೇಳಿದ್ದೇನೆ.

ಹೆಂಡತಿಯ ಮಾತು ಅವರಿಗೆ ಸ್ವಲ್ಪವೂ ಇಷ್ಟವಾಗಲಿಲ್ಲ.

"ನಾನು ಹಾಗಲ್ಲ ಹೇಳಿದ್ದು. ಇಲ್ಲದಿದ್ದರೂ ನಿನ್ನ ಹತ್ತಿರ ಏನೂ ಹೇಳಿಯೂ ಪ್ರಯೋಜನವಿಲ್ಲ" ಅವರು ಮುನಿಸಿಕೊಂಡರು. ಸ್ವಲ್ಪ ಹೊತ್ತು ಅವರು ಮಾತನಾಡದೇ ಕೂತರು. ಬಳಿಕ ಪತ್ರಕರ್ತನಾದ ತನ್ನ ಸ್ನೇಹಿತನಿಗೆ ಕರೆ ಮಾಡಿ ಮಾವು ಹೂಬಿಟ್ಟು, ಅದರ ಕಾಯಿ ಬೆಳೆದು ಹಣ್ಣಾದ ವಿಷಯವನ್ನು ತಿಳಿಸಿದರು.

ಇರುವ ಒಂದೇ ಒಂದು ಕಾಯಿಯನ್ನು ಕಾಗೆ ಅಥವಾ ಇನ್ನಾವುದೇ ಪಕ್ಷಿ ಕೊಕ್ಕಿನಿಂದ ಕುಟಕದಂತೆ ನೋಡಿಕೊಳ್ಳಬೇಕು ಎಂದು ಅವರು ಕಾವಲುಗಾರನಿಗೆ ನಿರ್ದೇಶಿಸಿದರು. ಹಾಗೆ ನಿರ್ದೇಶನ ನೀಡದೇ ಇದ್ದರೂ ಕೂಡ ಆ ಹಣ್ಣನ್ನು ಕಾಗೆ ಕೊಕ್ಕಿನಿಂದ ಕುಟುಕುವುದಾಗಲಿ, ಜನ ಕಿತ್ತುಕೊಂಡು ಹೋಗುವುದಾಗಲಿ ಮಾಡಲಾರರು. ಕಾವಲುಗಾರರು ಬಂದೂಕಿನೊಂದಿಗೆ ಸದಾಕಾಲ ನಿಂತಿರುವ ಅಲ್ಲಿಗೆ ಹಾರಿ ಹೋಗಬಾರದು, ಆ ಉದ್ಯಾನದಲ್ಲಿ ವಿಶ್ರಾಂತಿ ಪಡೆಯಬಾರದು ಎಂಬ ತಮ್ಮ ಪೂರ್ವಿಕರ ಅನುಭವಗಳ ಅರಿವು ಪಕ್ಷಿಗಳಿಗೆ ಇದ್ದಂತಿದೆ. ಎದೆಯೊಳಗಿಂದ ಗುಂಡು ಸೀಳಿಕೊಂಡು ಹೋಗುವ ಹೆದರಿಕೆಯೂ ಊರಿನ ಜನರಿಗೆ ಇದೆ. ಹಾಗಾಗಿ ಮಾವಿನ ಗಿಡ, ಹಣ್ಣು ಮಾತ್ರವಲ್ಲ, ಪ್ರತಿಯೊಂದು ಹುಲ್ಲು ಕೂಡ ಅಲ್ಲಿ ಸುರಕ್ಷಿತವಾಗಿರುತ್ತದೆ.

ಮಾವಿನ ಕಾಯಿ ಹಣ್ಣಾದ ಬಳಿಕ ಊರಿಗೆ ಹೋಗೋಣ ಎಂದು ಅವರು ನಿರ್ಧರಿಸಿದರು. ಗೆಳೆಯನ ನೆನಪಿಗಾಗಿ ನೆಟ್ಟ ಮಾವಿನ ಗಿಡದ ಮೊದಲ ಹಣ್ಣನ್ನು ಅವನ ಮಗನಿಗೆ ಉಡುಗೊರೆಯಾಗಿ ನೀಡಬೇಕೆಂದು ಅವರು ನಿರ್ಧರಿಸಿದರು.

ಆದರೆ ಎಂದಿನಂತೆ ಒಂದು ದಿನ ಬೆಳಗ್ಗಿನ ನಡಿಗೆಯ ವೇಳೆ ಆ ಮಾವಿನ ಮರದ ಬಳಿ ಹೋದಾಗ ಮಾವಿನ ಕಾಯಿ ಕಾಣೆಯಾಗಿರುವುದನ್ನು ನೋಡಿ ದುಃಖಿತರಾದರು. ನಿರಾಸೆ, ಕೋಪ ಅವರಲ್ಲಿ ಕಾಣಿಸಿಕೊಂಡಿತು. ಭದ್ರತಾ ಸಿಬ್ಬಂದಿಯ ಹದ್ದಿನ ಕಣ್ತಪ್ಪಿಸಿ, ಪಕ್ಷಿಗಳು ಗೂಡು ಸೇರುವವರೆಗೆ ಕಾಯುವ ತೋಟದ ಮಾಲಿಯ ಕಣ್ತಪ್ಪಿಸಿ ಯಾರಾದರೂ ಮಾವಿನ ಕಾಯಿಯನ್ನು ಕದ್ದುಕೊಂಡು ಹೋಗಬೇಕೆಂದರೆ ಅದು ಭದ್ರತಾ ವೈಫಲ್ಯವೇ ಎಂದು ಅವರು ಆತಂಕಕ್ಕೆ ಒಳಗಾದರು. ಅದು ಅವರಿಗೆ ಕೇವಲ ಮಾವಿನಕಾಯಿ ಮಾತ್ರವಾಗಿರಲಿಲ್ಲ. ಹಾಗಾಗಿ ಆ ಕಳ್ಳ ಯಾರೆಂಬುದನ್ನು ಪತ್ತೆಹಚ್ಚಬೇಕೆಂದು ಕಠಿಣ ನಿರ್ದೇಶನ ನೀಡಿದರು.

ತೋಟದ ಕಾವಲುಗಾರ ಹಾಗೂ ಭದ್ರತಾ ಸಿಬ್ಬಂದಿ ಹಾಜರಾದರು. ಯಾವುದೇ ವ್ಯಕ್ತಿಗಳಾಗಲಿ, ಪಕ್ಷಿಗಳಾಗಲಿ, ಕಟ್ಟಡದೊಳಗೆ ಅಥವಾ ಉದ್ಯಾನದೊಳಗೆ ಬಂದಿರುವುದನ್ನು ನಾವಂತೂ ನೋಡಿಲ್ಲ, ಇಲ್ಲಿರುವ ಕ್ಯಾಮೆರಾಗಳಲ್ಲಿ ಕೂಡ ಅದು ಸೆರೆಯಾಗಿಲ್ಲ ಎಂದು ಭದ್ರತಾ ಸಿಬ್ಬಂದಿ ಆಣೆ ಮಾಡಿ ಹೇಳಿದರು. ತೋಟದ ಕಾವಲುಗಾರನ ಅರಿವಿಗೆ ಬಾರದೆ ಮಾವಿನಕಾಯಿ ಕಳವಾಗದು ಎಂದು ಉಳಿದ ಕಾವಲುಗಾರರು ಕೂಡ ಆಣೆ ಮಾಡಿ ಹೇಳಿದರು. ಆತನನ್ನು ಕೆಲಸದಿಂದ ತೆಗೆದು ಹಾಕಬೇಕೆಂದು ಸೆಕ್ರೆಟರಿ ಹೇಳಿದರು. ತೋಟದ ಕಾವಲುಗಾರ ಒಬ್ಬ ಪಾಪದ ವ್ಯಕ್ತಿಯಾಗಿದ್ದ. ಸಾಮಾನ್ಯವಾಗಿ ನೀತಿವಂತರೇ ಇರುವ ಈ ಊರಿನಲ್ಲಿ, ಅದೂ ಇಂಥ ಪರಿಸ್ಥಿತಿಯಲ್ಲಿ ಯಾರೂ ಕದಿಯಲಾರರು ಎಂದು ಅವರಿಗೆ ಅನಿಸಿತು. ಸತ್ಯವಂತನಾದ ತೋಟದ ಕಾವಲುಗಾರ ಬೇಸರಗೊಂಡಂತೆ ಕಾಣಿಸಿತು. ಎಲ್ಲರೂ ಸೇರಿಕೊಂಡು ತನ್ನ ಮೇಲೆ ಕಳ್ಳನ ಪಟ್ಟ ಕಟ್ಟುತ್ತಾರೆಯೇ ಎಂಬ ಚಿಂತೆ ಆತನನ್ನು ಕಾಡತೊಡಗಿತು. ಅವರೂ ಸಂದಿಗ್ಧತೆಗೆ ಸಿಲುಕಿದರು. ಭದ್ರತಾ ವೈಫಲ್ಯದ ಹಿನ್ನೆಲೆಯಲ್ಲಿ ನಾನು ನೀಡಿದ ಕಠಿಣ ನಿರ್ದೇಶನ ಒಬ್ಬ ನಿರಪರಾಧಿಯ ಬಲಿಗೆ ಕಾರಣವಾಗಲಿದೆಯೇ? ಕೆಲವು ಸಂದರ್ಭಗಳಲ್ಲಿವ್ಯಕ್ತಿಯನ್ನುನೋಡದೆಕಠಿಣಶಿಸ್ತುಕ್ರಮಗಳನ್ನುಕೈಗೊಳ್ಳಬೇಕಾಗುತ್ತದೆ. ಹಾಗೆ ಮಾಡದೇ ಇದ್ದರೆ ಅದು ಆಡಳಿತಾಧಿಕಾರಿಯ ದೌರ್ಬಲ್ಯವೆಂದೇ ಜನ ಭಾವಿಸುತ್ತಾರೆ. ಆದರೆ ನಿರಪರಾಧಿಯೊಬ್ಬ ಶಿಕ್ಷೆಗೊಳಗಾಗುವಾಗ ಆಡಳಿತಾಧಿಕಾರಿ ಎಷ್ಟೇ ಗಟ್ಟಿಗನಾದರೂ ಸಂಕಟದಲ್ಲಿ ಸಿಲುಕಿಕೊಳ್ಳುತ್ತಾನೆ. ಅವರೂ ಈಗ ಅದೇ ಅವಸ್ಥೆಯಲ್ಲಿ ಸಿಲುಕಿಕೊಂಡಿದ್ದಾರೆ.

"ಏನೇ ಆಗಲಿ, ಒಂದು ವಾರ ಕಾಯುತ್ತೇನೆ. ಮಾವಿನಕಾಯಿ ಕದ್ದವರು ಯಾರು ಎಂಬುದನ್ನು ಕಂಡುಹುಡುಕಲು ನಿಮಗೆ ಸಾಮೂಹಿಕ ಜವಾಬ್ದಾರಿಯಿದೆ" ಎಂದು ಹೇಳಿ ಅವರು ಮೀಟಿಂಗ್ ಮುಗಿಸಿದರು. ಒಬ್ಬೊಬ್ಬರಾಗಿ ಕೋಣೆಯಿಂದ ಹೊರ ಹೋಗುವಾಗ ತಲೆಬಗ್ಗಿಸಿಕೊಂಡು ಹೋದ ತೋಟದ ಕಾವಲುಗಾರನ ಮುಖ ನೋವಾಗಿ ಅವರಿಗೆ ಕಾಡಿತು.

ಆ ಘಟನೆ ನಡೆದ ಎರಡನೇ ದಿನ ಬೆಳಗ್ಗೆ ಆಡಳಿತಾಧಿಕಾರಿಯ ಮನೆಯ ಮುಂದೆ ತೋಟದ ಕಾವಲುಗಾರ ಪ್ರತ್ಯಕ್ಷಗೊಂಡ.

"ಸರ್, ಕಳ್ಳ ಸಿಕ್ಕಿಬಿದ್ದಿದ್ದಾನೆ. ಇವನೇ ಅವನು" ಕಾವಲುಗಾರನ ಹಿಂದೆ ಸುಮಾರು ಹತ್ತು ವರ್ಷ ಎಂದೇ ಹೇಳಬಹುದಾದ ಬಾಲಕನೊಬ್ಬ ಅಡಗಿ ನಿಂತಿದ್ದ. ಆತನ ಮುಖದಲ್ಲಿ ತೇಜಸ್ಸು ಹೊಮ್ಮುತ್ತಿತ್ತು.

ಆದರೆ ಆತನ ಮುಖದಲ್ಲಿ ಪಾಪಪ್ರಜ್ಞೆಯೂ ಕಾಡುತ್ತಿತ್ತು.

"ಈತ ಯಾರು?"

"ಸರ್, ಇವನು ನನ್ನ ಮಗ."

"ಏನು ನಡೆಯಿತೆಂದು ಸರಿಯಾಗಿ ಹೇಳು."

"ಸರ್, ಇವನು ಕೆಲವೊಮ್ಮೆ ನನ್ನ ಜತೆ ತೋಟಕ್ಕೆ ಬರುತ್ತಾನೆ. ಆದರೆ ಏನನ್ನೂ ಕದಿಯುವುದಿಲ್ಲ. ಹಾಗಾಗಿಯೇ ಅಂದು ಸಂಜೆ ವಾಪಸಾಗುವಾಗ ಇವನು ಆ ಮಾವಿನಕಾಯಿಯನ್ನು ಕಿತ್ತು ತನ್ನ ಕಿಸೆಯಲ್ಲಿ ಹಾಕಿಕೊಂಡದ್ದನ್ನು ನಾನು ನೋಡಲಿಲ್ಲ." ತೋಟದ ಕಾವಲುಗಾರ ಕೈಮುಗಿದು ಕ್ಷಮೆಯಾಚಿಸಿದ. ಆತ ತನ್ನ ಮಗನನ್ನು ತನ್ನ ಮುಂದೆ ನಿಲ್ಲಿಸಿದ.

"ಮಗನೇ, ನೀನು ಯಾಕೆ ಯಾರಿಗೂ ತಿಳಿಯದಂತೆ ಮಾವಿನಕಾಯಿ ಕಿತ್ತದ್ದು?" ಎಂದು ಕೇಳಿದರೂ ಅವನು ಮಾತನಾಡಲಿಲ್ಲ. ಅವನ ಕಣ್ಣಾಲಿಗಳು ತುಂಬುತ್ತಿರುವುದನ್ನು ನಾನು ಗಮನಿಸಿದೆ.

"ನಿಜ ಹೇಳಬೇಕೆಂದರೆ ತಪ್ಪು ನಂದೇ ಸರ್" ತೋಟದ ಕಾವಲುಗಾರನ ಪಾಪನಿವೇದನೆ ಕೇಳಿ ಅವರು ಪ್ರಶ್ನಾರ್ಥಕ ಭಾವದಲ್ಲಿ ನೋಡಿದರು.

"ನಾನು ಅವನಿಗೆ ಆ ಮಾವಿನ ಮರದ, ಅದರ ಕಾಯಿಯ ಬಗ್ಗೆ ತುಂಬಾ ವಿಷಯಗಳನ್ನು ಹೇಳಿದ್ದೆ."

"ಏನೆಲ್ಲಾ ಹೇಳಿದೆ?"

"ಅದೊಂದು ಅದ್ಭುತ ಮಾವಿನಮರ ಎಂದೂ ಅದರ ಮಾವಿನಕಾಯಿ ತಿಂದರೆ ನಮ್ಮ ಆಸೆಗಳೆಲ್ಲವೂ ಈಡೇರುತ್ತವೆ ಎಂದೂ ಹೇಳಿದ್ದೆ."

"ನೀನು ಯಾಕೆ ಮಕ್ಕಳಿಗೆ ಇಲ್ಲದೇ ಇರುವ ಕಥೆಗಳನ್ನು ಹೇಳಿದಿ?"

"ನಾವೆಲ್ಲರೂ ಮಾಂತ್ರಿಕ ಕಥೆಗಳಲ್ಲಿ, ಸಾಹಸದ ಕಥೆಗಳಲ್ಲಿ ತುಂಬಾ ನಂಬಿಕೆ ಇಟ್ಟವರು. ಮಗ ಹೀಗೆ ಮಾಡುತ್ತಾನೆಂದು ಗೊತ್ತಿದ್ದರೆ ನಾನು ಹಾಗೆ ಹೇಳುತ್ತಿರಲಿಲ್ಲ ಸರ್! ಇನ್ನು ಮುಂದೆ ನಾನು ಕಥೆ ಹೇಳುವುದನ್ನು ನಿಲ್ಲಿಸುತ್ತೇನೆ."

ಮಾಂತ್ರಿಕ ಕಥೆಗಳನ್ನು ಹೇಳುವ ಒಬ್ಬರ ಹವ್ಯಾಸ ತನ್ನಿಂದಾಗಿ ನಿಂತುಬಿಡುತ್ತದೆಯೇ? ಉಕ್ಕಿಬಂದ ನಗುವನ್ನು ಹಾಗೆಯೇ ನಿಯಂತ್ರಿಸಿಕೊಂಡ ಅವರು ಶಾಂತರಾಗಿ ಬಾಲಕನನ್ನು ಕೇಳಿದರು.

"ಮಗಾ, ನೀನು ಯಾವ ಆಸೆ ಈಡೇರಲೆಂದು ಮಾವಿನಕಾಯಿ ಕಿತ್ತೆ?

“ಕ್ಲಾಸ್‌ನಲ್ಲಿ ಫಸ್ಟ್ ಬರಲು” ಆತ ಸ್ವಲ್ಪ ಹಿಂಜರಿಕೆಯಿಂದ ಹೇಳಿದ.

“ಹಾಗಾದರೆ ಮಾವಿನಕಾಯಿ ತಿಂದೆಯಾ?”

ತಾನು ತಿಂದೆ ಎಂಬಂತೆ ಆತ ತಲೆಯಾಡಿಸಿದ.

“ಈಗ ನಿನಗೆ ಕ್ಲಾಸ್‌ನಲ್ಲಿ ಯಾವ ಸ್ಥಾನವಿದೆ?”

“ಏಳನೇ ಸ್ಥಾನ”

"ಹಾಗಾದರೆ ಮುಂದಿನ ಪರೀಕ್ಷೆಯಲ್ಲಿ ಮೊದಲ ಸ್ಥಾನ ಸಿಗುತ್ತದೆ ಅಲ್ಲವೇ?"

ಅವನು ಸಂತೋಷದಲ್ಲಿ ಹೌದು ಎಂಬಂತೆ ತಲೆ ಅಲ್ಲಾಡಿಸಿದ.

" ಈ ಮಾವಿನಕಾಯಿ ತಿಂದರೆ ಒಂದನೇ ಸ್ಥಾನ ಸಿಗುವುದಿಲ್ಲ. ಏಕೆಂದರೆ ಫೇಲಾದವರಲ್ಲಿಯೂ ಮೊದಲನೇ ಸ್ಥಾನದವರು, ಎರಡನೇ ಸ್ಥಾನದವರೂ ಇರುತ್ತಾರೆ. "

ಅದನ್ನು ಕೇಳಿ ಬಾಲಕ ನಿರಾಸೆಯಿಂದ ನೋಡಿದ.

"ಆದರೆ ಈ ಮಾವಿನಕಾಯಿ ತಿಂದವರಿಗೆ ಎಲ್ಲಾ ಪರೀಕ್ಷೆಯಲ್ಲೂ ಹೆಚ್ಚಿನ ಮಾರ್ಕ್ಸ್ ಸಿಗುತ್ತದೆ."

ಅದನ್ನು ಕೇಳಿ ಬಾಲಕನ ಮುಖ ಸಂತೋಷದಿಂದ ಅರಳಿತು.

"ಆದರೆ ಎರಡು ಸಂಗತಿಗಳನ್ನು ಖಂಡಿತವಾಗಿಯೂ ಮಾಡಬೇಕು." ಬಾಲಕನೊಂದಿಗೆ ಅವನ ತಂದೆಯೂ ಕುತೂಹಲದಿಂದ ಕಿವಿ ಅರಳಿಸಿದರು. ನಾನು ಹೇಳಿದ ಹಾಗೆ ಮಾಡಿದರೆ ಮಾವಿನಕಾಯಿಯ ಅದ್ಭುತವಾದ ಗುಣ ಮಗನಿಗೆ ದೊರಕುತ್ತದೆ. ಇಲ್ಲದೇ ಇದ್ದರೆ ಮಾವಿನಕಾಯಿಯ ಅದ್ಭುತ ಶಕ್ತಿ ನಾಶವಾಗುತ್ತದೆ. ನಾನು ಹೇಳಿದಂತೆ ಕೇಳುತ್ತೀಯಾ?"

"ಮಾಡುತ್ತೇನೆ" ಬಾಲಕ ಉತ್ಸಾಹದಿಂದ ಉತ್ತರಿಸಿದ. ಅವನಿಗೆ ಎಲ್ಲಾ ಪರೀಕ್ಷೆಯಲ್ಲೂ ಹೆಚ್ಚಿನ ಅಂಕ ಗಳಿಸಬೇಕೆಂಬ ಆಸೆ ಇತ್ತು.

"ಪ್ರತೀದಿನ ಸಂಜೆ ಅಂದು ಹೇಳಿಕೊಟ್ಟ ಪಾಠಗಳನ್ನು ಶ್ರದ್ಧೆಯಿಂದ ಓದಬೇಕು. ಹಾಗೆ ಮಾಡುತ್ತೀಯಾ?"

ಬಾಲಕ ಹಾಗೆ ಮಾಡುವುದಾಗಿ ತಲೆ ಅಲ್ಲಾಡಿಸಿದ.

ಆ ವ್ಯಕ್ತಿ ತೋಟದ ಕಾವಲುಗಾರನತ್ತ ನೋಡಿದರು.

"ನನ್ನ ಮಗ ಖಂಡಿತವಾಗಿಯೂ ಹಾಗೆ ಮಾಡುತ್ತಾನೆ ಸರ್."

"ಹೂಂ" ಅವರು ಪಿಸುಗುಟ್ಟಿದರು. ಬಾಲಕ ತಂದೆಯನ್ನು ಪ್ರಶ್ನಿಸುವಂತೆ ನೋಡಿದ. ಅದನ್ನು ಅರ್ಥಮಾಡಿಕೊಂಡ ಕಾವಲುಗಾರ ಮುಂದಿನ ನಿರ್ದೇಶನಕ್ಕಾಗಿ ಕಾದು ಕುಳಿತ.

"ಸರ್ ಎರಡನೇ ವಿಷಯ ಯಾವುದು?"

"ಹಾಂ, ಅದನ್ನು ಹೇಳಲಿಲ್ಲವಲ್ಲ?"

ಎರಡನೆಯ ವಿಷಯವನ್ನು ಕೇಳಲೆಂದು ಬಾಲಕ ಕೂಡ ಕಿವಿಯರಳಿಸಿದ.

"ಎರಡನೆಯ ವಿಷಯ ಏನೆಂದರೆ ಯಾರ ಒಪ್ಪಿಗೆಯೂ ಇಲ್ಲದೆ ಇನ್ನೊಬ್ಬರ ವಸ್ತುಗಳನ್ನು ನಾವು ತೆಗೆಯಬಾರದು. ಹಾಗೆ ಮಾಡಿದರೆ ಈಗ ತಿಂದ ಮಾವಿನ ಅದ್ಭುತ ಶಕ್ತಿ ನಷ್ಟವಾಗುತ್ತದೆ" ಹಾಗೆ ಹೇಳಿ ಬಾಲಕನ ಕಣ್ಣುಗಳತ್ತ ಒಂದೇಸಮನೆ ನೋಡಿದರು.

"ಇನ್ನು ಮುಂದೆ ಹಾಗೆ ಮಾಡುತ್ತೀಯಾ?"

"ಮಾಡುವುದಿಲ್ಲ ಸರ್" ಬಾಲಕ ಹೇಳಿದ ಮಾತನ್ನು ಕೇಳುವ ಶಿಸ್ತಿನ ವಿದ್ಯಾರ್ಥಿಯಂತಾದ.

ಅವರು ತನ್ನ ಕಪಾಟಿನಿಂದ ಸಿಹಿತಿಂಡಿಗಳ ಪೊಟ್ಟಣವೊಂದನ್ನು ತೆಗೆದು ಬಾಲಕನಿಗೆ ಕೊಟ್ಟು ಅವರನ್ನು ಅಲ್ಲಿಂದ ಕಳುಹಿಸಿದರು.

ಯಾವುದೋ ಒಂದು ನಿರ್ದೇಶನಕ್ಕಾಗಿ ತೋಟದ ಕಾವಲುಗಾರ ಆಡಳಿತಾಧಿಕಾರಿಯನ್ನು ಹಿಂತಿರುಗಿ ನೋಡಿದ.

"ಧೈರ್ಯದಿಂದ ಹೋಗು. ಈ ವಿಷಯವನ್ನು ಯಾರಿಗೂ ಹೇಳಬೇಡ. ಬಾಕಿ ಎಲ್ಲವನ್ನೂ ನಾನು ನೋಡಿಕೊಳ್ಳುತ್ತೇನೆ." ಆತ ಮಗನನ್ನು ಕರೆದುಕೊಂಡು ಸಂತೋಷದಿಂದ ಹೋಗುತ್ತಿರುವುದನ್ನು ಅವರು ನೋಡುತ್ತಾ ನಿಂತರು.

ಅದ್ಭುತ ಕಥೆಗಳನ್ನು ಕೇಳಿ ಸಂತೋಷಪಡುವ ಬಾಲ್ಯದ ಸವಿ ಅವರಲ್ಲಿಯೂ ಹರಡಿತು.

ತನ್ನ ಮನೆಯಲ್ಲಿ ಆನೆ ಇದೆ ಎಂದು ಹೇಳಿ ಜಂಭಕೊಚ್ಚಿಕೊಂಡ ಸ್ನೇಹಿತನ ಸೊಕ್ಕು ಮುರಿಯಲು ಇನ್ನೊಬ್ಬ ಸ್ನೇಹಿತ ಆತನ ಮನೆಯಲ್ಲಿ ಸಿಂಹ, ಹುಲಿಯನ್ನು ಸಾಕುತ್ತಿರುವುದಾಗಿ ಹೇಳಿದ್ದು ನೆನಪಾಯಿತು. ಆ ಇಬ್ಬರು ಸ್ನೇಹಿತರ ಕಟ್ಟುಕಥೆಗಳನ್ನು ನಂಬಿ ಕುತೂಹಲದಿಂದ, ಹೊಟ್ಟೆಕಿಚ್ಚಿನಿಂದ ಸಂಜೆ ವೇಳೆ ಅವರ ಮನೆಯ ಬೇಲಿಯ ಬಳಿ ನಿಂತು ಇಣುಕಿ ನೋಡುತ್ತಿದ್ದ ತನ್ನ ಬಾಲ್ಯ ನೆನಪಿಗೆ ಬಂದಾಗ ಅವರಿಗೆ ನಗು ತಡೆಯಲು ಸಾಧ್ಯವಾಗಲಿಲ್ಲ.

ಮಾವಿನ ಕಾಯಿಯ ಕಳವು ಪ್ರಕರಣದ ತನಿಖೆಯನ್ನು ಹೇಗೆ ಕೊನೆಗೊಳಿಸಬೇಕು ಎಂದು ಗೊತ್ತಾಗದೆ ಅತ್ತಿಂದಿತ್ತ ನಡೆಯುತ್ತಿದ್ದಾಗ ಉದ್ಯಾನದಲ್ಲಿ ಮಾವಿನಕಾಯಿಗಳಿಂದ ತುಂಬಿ ತುಳುಕುತ್ತಿದ್ದ ಇನ್ನೊಂದು ಮಾವಿನಮರದಲ್ಲಿ ಹಕ್ಕಿಯೊಂದು ಹಾರಿ ಬಂದು ಕುಳಿತುಕೊಂಡಿರುವುದು ಕಾಣಿಸಿತು. ಮಾವಿನಹಣ್ಣನ್ನು ತಿನ್ನುತ್ತಿರುವ ಹಕ್ಕಿಯನ್ನು ಅವರು ಹಾಗೆ ಸುಮ್ಮನೆ ನೋಡುತ್ತಾ ನಿಂತರು.

ಹೆಣ್ತನ

ಅಗಾಧವಾದ ಕತ್ತಲೆಯಲ್ಲಿ ಹೊಟ್ಟೆಯನ್ನು ಸೀಳುವಂತಹ ನೋವನ್ನೂ ಮೀರಿದಂತಹ ಭಯವೊಂದು ಅವಳಲ್ಲಿ ನಿರಂತರವಾಗಿ ನಡುಕವುಂಟು ಮಾಡುತ್ತಿತ್ತು. ಗಂಡಸೊಬ್ಬ ಕಾಲಿನಿಂದೊಮ್ಮೆ ಬೀಸಿ ಮೆಟ್ಟಿದರೆ ಧರೆಗುರುಳುವ ಹಸುರು ಗುಡ್ಲು (ಮೈನರೆದವರನ್ನು ಇರಿಸುವಂತಹ ಮನೆ)ವಿನ ತಾಳೆಮರದ ಗರಿಗಳಿಂದ ಕಟ್ಟಿದ ಗೋಡೆಯನ್ನು ಹರಿತ ಉಗುರುಗಳಿಂದ ಪರಚುತ್ತಿರುವುದು ಯಾರಾಗಿರಬಹುದು? ಪೂರ್ವಭಾಗದ ದಟ್ಟ ಕಾಡುಗಳಲ್ಲಿ ಹುಟ್ಟಿ ಬೆಟ್ಟದತ್ತ ಬೀಸುವ ಗಾಳಿಯಿರಬಹುದೇ? ಯಾವುದೋ ಗಾಳಿಯ ಮೂಲಕ ತೇಲಿಬಂದ ಬಿಸಿರಕ್ತದ ವಾಸನೆಯನ್ನು ಹುಡುಕಿಕೊಂಡು ಬೇಟೆಗೆ ಇಳಿದ ಹುಲಿಯಿರಬಹುದೇ? ಅದೂ ಅಲ್ಲದಿದ್ದರೆ ಕಾಡಿನ ಕತ್ತಲಲ್ಲಿ ವಾಸಿಸುವ ಪ್ರೇತಗಳು ಗಾಳಿಯಲ್ಲಿ ಹರಡಿದ ರಕ್ತದ ವಾಸನೆಯ ಮೂಲ ಹುಡುಕಿ ಹೊರಟದ್ದಾಗಿರಬಹುದೇ? ಅದನ್ನು ನೆನಪಿಸಿಕೊಂಡಾಗ

ಬೊಮ್ಮಿಯ ಮನಸ್ಸು ನಡುಗಿತು. ಸ್ವಯಂನಿಯಂತ್ರಣದ ಸರಪಳಿಯನ್ನು ಭೇದಿಸಿ ಅವಳಿಂದ ಹೊರಬಂದ ಶಬ್ದವೊಂದು ಕಾಡುಪ್ರಾಣಿಗಳ ದನಿಗಿಂತ ಭಿನ್ನವಾಗಿ ಕೇಳಿಸಿತು. ತಪ್ಪಿಸಿಕೊಂಡು ಹೋಗುವ ಮಾರ್ಗವನ್ನು ಕಳೆದುಕೊಂಡ ಅಸಹಾಯಕ ಬಲಿಪ್ರಾಣಿಯ ದೀನರೋದನವೊಂದು ಕಾಡಿನ ಪ್ರಾಣಿಗಳ ಕಿವಿಗೆ ಕೇಳಿಸಿರಬಹುದು ಎಂಬ ಭಯವೂ ಅವಳನ್ನು ಆವರಿಸಿತು. ಕಠಿಣ ನೋವು ರಕ್ತದ ಹನಿಗಳಾಗಿ ಬೀಳುತ್ತಿದ್ದ ತನ್ನ ಯೋನಿಯ ಭಾಗದಲ್ಲಿ ಅಮ್ಮ ಕೆಂಚಿ ಸುತ್ತಿಟ್ಟಿದ್ದ ಬಟ್ಟೆಯ ತುಂಡನ್ನು ಆಕೆ ಅದುಮಿದಳು. ತನ್ನ ಕೂಗು ಹೊರಗೆ ಕೇಳಿಸದಂತೆ ಮತ್ತೊಂದು ಕೈಯಿಂದ ಬಾಯಿಯನ್ನು ಒತ್ತಿ ಹಿಡಿದು ಬೊಮ್ಮಿ ನಿಶಬ್ದಳಾಗಿ ಮಲಗಿದಳು. ಒಂದೊಂದು ಕ್ಷಣವೂ ಒಂದೊಂದು ಯುಗದಂತೆ ಅವಳಿಗೆ ಭಾಸವಾಯಿತು. ಅದೇ ಅನುಭವದಲ್ಲಿ ಅವಳು ಬೆಳಗನ್ನು ನಿರೀಕ್ಷಿಸುತ್ತಾ ಮಲಗಿದಳು. ಬೆಳಕು ಹರಿದರೆ ತನ್ನ ಸಂಬಂಧಿಕರು ಯಾರಾದರೂ ಹಸುರು ಗುಡ್ಲುವಿನ ಸಮೀಪದಲ್ಲಿ ಕಾಣಿಸಿಕೊಂಡಾರು ಎಂಬ ನಿರೀಕ್ಷೆಯೊಂದಿಗೆ ಅವಳು ಭಯವನ್ನು ದೂರಮಾಡಿದಳು. ಹಸುರು ಗುಡ್ಲುನಿಂದ ಹೊರಗೆ ಬರುವ ತನಕ ಪುರುಷರನ್ನು ನೋಡಬಾರದು ಎಂಬುದು ಅಲ್ಲಿನ ಸಂಪ್ರದಾಯವಾಗಿತ್ತು. ಹಾಗಾಗಿಯೇ ಯಾವ ಪುರುಷನೂ ತನ್ನ ಕಣ್ಣಮುಂದೆ ಬರುವುದಿಲ್ಲ. ಆದರೂ ಕೂಡ ಜೇನು ಸಂಗ್ರಹಿಸಲೆಂದೋ, ತೋಡಿನ ಮೀನುಗಳನ್ನು ಹಿಡಿಯಲೆಂದೋ, ಕಟ್ಟಿಗೆ ಒಟ್ಟುಗೂಡಿಸಲೆಂದೋ ಯಾರಾದರೂ ಸುತ್ತಮುತ್ತ ಇದ್ದಿರಬಹುದು ಎಂಬ ನಂಬಿಕೆಯ ಮೇಲೆ ಆಕೆ ಧೈರ್ಯವನ್ನೆಲ್ಲ ಒಟ್ಟುಗೂಡಿಸಿ ಆ ಸಣ್ಣ ಕೋಣೆಯಲ್ಲಿ ಕಾಲ ಕಳೆಯುತ್ತಿದ್ದಳು. ಆದರೆ ಮುಂದಿನ ಹಗಲಿಗೆ ನೋವಿನ ಅದೆಷ್ಟೋ ಯುಗಗಳನ್ನು ದಾಟಬೇಕು. ಅದರ ಮಧ್ಯೆ ಯಾವುದಾದರೂ ಚಿರತೆಯೋ, ಕಾಡುಹಂದಿಯೋ ದಾಳಿ ಮಾಡಿದರೆ? ಪ್ರೇತಗಳಿಗೆ ರಕ್ತದ ದಾಹ ಕಾಣಿಸಿಕೊಂಡರೆ? ಆಗ ತನ್ನನ್ನು ರಕ್ಷಿಸಲು ಯಾರೂ ಬರಲಾರರು. ಎಲ್ಲರೊಂದಿಗೆ ಬದುಕುವಾಗಲೂ ಒಬ್ಬ ಹೆಣ್ಣಿನ ರಕ್ಷಣೆ ಅವಳದ್ದೇ ಜವಾಬ್ದಾರಿ ಎಂಬುದನ್ನು ಮರೆಯಬಾರದು ಎಂದು ಅಮ್ಮ ಕೆಂಚಿ ಅಂದು ಸಂಜೆ ಹೇಳಿದ್ದನ್ನು ಬೊಮ್ಮಿ ನೆನಪಿಸಿಕೊಂಡಳು. ಈಗ ಆ ಮಾತುಗಳ ಅರ್ಥ ಅವಳಿಗಾಯಿತು.

ಆ ಜ್ಞಾನೋದಯದೊಂದಿಗೆ ಹದಿನಾಲ್ಕರ ಹರೆಯದ ಬೊಮ್ಮಿಗೆ ಇನ್ನೂ ಹತ್ತು ವರ್ಷದ ಹೆಚ್ಚಿನ ಪ್ರಬುದ್ಧತೆ ಕಂಡುಬಂತು. ಸಹಿಸಲಸಾಧ್ಯವಾದ ನೋವಿನಲ್ಲೂ ಆ ಕತ್ತಲ ಕೋಣೆಯಲ್ಲಿ ಏನನ್ನೋ ಹುಡುಕುತ್ತಾ ಅವಳು ನಡೆದಳು. ಕೊನೆಯಲ್ಲಿ ಅದು ಅವಳ ಕೈಗೆ ತಗಲಿತು. ಅವಳು ಅದನ್ನು ಕೈಯಲ್ಲಿ ಹಿಡಿದುಕೊಂಡಳು. ತುದಿ ಹರಿತವಾಗಿರುವ ಮುಳಂಕೀರ್ (ಇದು ಮಲಯಾಳಂ ಪದ) ಎಂಬ ಆಯುಧವಾಗಿತ್ತು ಅದು. ಸಂಜೆ ಆಹಾರವನ್ನು ತೆಗೆದುಕೊಂಡು ಬಂದಾಗ ಅಮ್ಮ ಕೆಂಚಿ ಅದನ್ನು ಅವಳಿಗೆ ಕೊಟ್ಟು ಹೋಗಿದ್ದರು. ಅಮೂಲ್ಯ ಸುರಕ್ಷಾಕವಚವೊಂದನ್ನು ಹಸ್ತಾಂತರಿಸುವಂತೆ ಕೆಂಚಿ ಅದನ್ನು ಬೊಮ್ಮಿಗೆ ಕೊಟ್ಟಿದ್ದಳು.

ಮುಳಂಕೀರ್ ಅನ್ನು ಬಲಕೈಯೊಳಗೆ ಹುದುಗಿಸಿಟ್ಟುಕೊಂಡು ತಾಳೆಮರದ ಗರಿಗಳಿಂದ ಮಾಡಿದ ಗೋಡೆಗೆ ಒರಗಿ ಕುಳಿತುಕೊಂಡು ಚಾವಣಿಯತ್ತ ಒಂದೇ ಸಮನೆ

ದೃಷ್ಟಿ ನೆಟ್ಟು ನೋಡಿದಾಗ ತನ್ನ ಕೈಯಲ್ಲಿರುವುದು ಅಮೂಲ್ಯವಾದ ಆಯುಧ ಎಂದು ಅವಳಿಗನಿಸಿತು. ಮುಂಜಾನೆಯಲ್ಲಿ ಏಳುವ ಹಾಡಿಗಳು (ಆದಿವಾಸಿಗಳು ವಾಸಿಸುವ ಪ್ರದೇಶ) ಸಂಜೆಯವರೆಗೆ ಸಕ್ರಿಯವಾಗುವಂತೆ ರಾತ್ರಿಯಾಗುವಾಗ ಕಾಡುಗಳು ಎದ್ದೇಳುತ್ತವೆ. ಹಿಂಸ್ರ ಪ್ರಾಣಿಗಳು, ಆನೆಗಳು ಜಿಂಕೆಗಳ ಸಹಿತ ಕಾಡಿನ ಪ್ರಾಣಿಗಳೆಲ್ಲಾ ಸ್ವತಂತ್ರವಾಗಿ ವಿಹರಿಸುತ್ತವೆ ಎಂದೂ ಹಸುರು ಗುಡ್ಲುವಿನ ಹೊರಗಿನ ಪ್ರತಿಯೊಂದು ಚಲನೆಯನ್ನೂ ಸೂಕ್ಷ್ಮವಾಗಿ ಆಲಿಸುವ ಅವಳ ಕಿವಿಗಳು ಅರ್ಥಮಾಡಿಕೊಂಡವು. ಹಾಡಿಗಳು ನಿದ್ರಿಸುವಾಗ ಕಾಡಿನ ಮರಗಳು, ಗಿಡಗಳು, ಬಳ್ಳಿಗಳು ಹಿಂದಿನಕ್ಕಿಂತಲೂ ಹೆಚ್ಚಿನ ಉತ್ಸಾಹದೊಂದಿಗೆ ಕಾಡಿನಲ್ಲಿ ಅತ್ತಿಂದಿತ್ತ ಬೀಸುತ್ತಾ ನರ್ತಿಸುತ್ತವೆ ಎಂದೂ, ಬಿದಿರುಗಳು ಪರಸ್ಪರ ಆಲಿಂಗಿಸಿ ಪ್ರೇಮಗೀತೆ ಹಾಡುತ್ತವೆ ಎಂದೂ, ಕಾಡಿನ ಸಣ್ಣ ತೊರೆಗಳ ಶುಭ್ರವಾಗಿ ಹರಿಯುವ ನೀರು ಗಾಜಿನಬಳೆಗಳನ್ನು ಕುಲುಕಿಸುತ್ತಿರುತ್ತವೆ ಎಂದೂ, ಇದಕ್ಕೆಲ್ಲ ಕಾಡಿನ ಮೃಗಗಳು ಉನ್ಮಾದದಿಂದ ಘೀಳಿಡುತ್ತಾ ಗರ್ಜಿಸುತ್ತವೆ ಎಂದೂ ಅವಳ ಕಿವಿಗಳು ಅವಳಿಗೆ ಹೇಳಿದವು. ಪ್ರಕೃತಿಯ ಪ್ರತಿಯೊಂದು ಚಲನೆಗಳನ್ನೂ ಗ್ರಹಿಸುವ ಅತೀಂದ್ರೀಯ ಶಕ್ತಿಯೊಂದು ತನಗೆ ಹೊಸದಾಗಿ ಲಭಿಸಿತು ಎಂದು ಅವಳಿಗೆ ಸ್ವಯಂ ಅನುಭವಕ್ಕೆ ಬಂತು. ಕಾಡಿನಲ್ಲಿ ಜೇನು ಸಂಗ್ರಹಿಸಲು ಹೋಗುವ ತನ್ನ ಅಪ್ಪ ಕುಮ್ಮಾಡನ್ ಹಾಗೂ ಅವರ ಸ್ನೇಹಿತ ವೀರನನ್ನು ಹಿಂಬಾಲಿಸಿಕೊಂಡು ಹೋಗುವ ಬಾಲಕ ಬಾಲಕಿಯರಿಗಿಂತ ತಾನು ಬಹಳಷ್ಟು ಬದಲಾಗಿದ್ದೇನೆ ಎಂದು ಬೊಮ್ಮಿಗೆ ಅನಿಸಿತು. ಹಸುರು ಗುಡ್ಲುವಿನಿಂದ ಹೊರಗಿಳಿದ ಬಳಿಕ ತನಗೆ ಹಿಂದಿನಂತೆ ಸಂಚರಿಸುವ ಸ್ವಾತಂತ್ರ್ಯವಿಲ್ಲ ಎಂದು ಅಮ್ಮನ ಮಾತಿನಿಂದ ಅವಳು ಅರ್ಥಮಾಡಿಕೊಂಡಿದ್ದಳು. ಜೇನು ಸಂಗ್ರಹಿಸಲು ಹೋಗುವವರ ಜತೆಯಲ್ಲಿದ್ದ ಸುಂದರ ಯುವಕ ಮಾಕ್ತಿಯನ್ನು ಇನ್ನು ತನಗೆ ನೋಡಲು ಸಾಧ್ಯವಾಗದು ಎಂದೆಣಿಸಿದಾಗ ಅವಳ ಒಳಮನಸ್ಸಿನಲ್ಲೆಲ್ಲೋ ನೋವು ಕಾಣಿಸಿಕೊಂಡಿತು. ಅದೊಂದು ಅಪರಿಚಿತ ನೋವಾಗಿತ್ತು.

ಹಸುರು ಗುಡ್ಲುವಿನ ಗೋಡೆಯಾಚೆಯಿಂದ ಅಸಹನೀಯ ನೋವಿನಿಂದ ದಯನೀಯವಾಗಿ ಅಳುವ ಹೆಣ್ಣಿನ ಶಬ್ದವೊಂದು ಆಗಷ್ಟೇ ಶಾಂತವಾಗುತ್ತಿದ್ದ ಬೊಮ್ಮಿಯ ಮನಸ್ಸನ್ನು ಮತ್ತೆ ಭಯಗೊಳಿಸಿತು. ಹೃದಯದ ಒಂದೇ ಸಮನೆಯ ಬಡಿತದಿಂದಾಗಿ ತಲೆ ಭಾರವಾಗುತ್ತಿರುವಂತೆ ಅನಿಸಿತು. ಕಣ್ಣುಗಳು ಭಾರದಿಂದ ತೂಗಿದವು. ಕೋಣೆಯ ಮಂದ ಬೆಳಕು ಕೂಡ ಮರೆಯಾಗುವಂತೆ ಕಾಣಿಸಿತು. ಸಾವಿಗಿಂತಲೂ ಭೀಕರವಾದ ಭಯದಲ್ಲಿ ತಾನು ಆದಷ್ಟು ಬೇಗ ನೋವಿಲ್ಲದೆ ಸಾವನ್ನಪ್ಪಿದ್ದಿದ್ದರೆ ಎಂದು ಅವಳು ಪ್ರಾಮಾಣಿಕವಾಗಿ ಪ್ರಾರ್ಥಿಸಿದಳು. ಅವಳ ಪ್ರಾರ್ಥನೆ ಕೇಳಲಿಲ್ಲ. ಕೋಣೆಯಲ್ಲಿ ಮಂದವಾಗಿದ್ದ ಬೆಳಕು ನಿಧಾನವಾಗಿ ವಾಪಸಾಯಿತು. ಯಾರಿರಬಹುದು ಹೊರಗೆ? ಕಾಡುಪ್ರಾಣಿಗಳು ಜೀವಸಹಿತ ತಿಂದು ಮುಗಿಸಿದ ಮಾರಿಯ ಮುಕ್ತಿ ಸಿಗದ ಪ್ರೇತಗಳಾಗಿರಬಹುದೇ?

ಅದು ನೆನಪಾದಾಗ ಬೊಮ್ಮಿಯಲ್ಲಿ ಭಯಕ್ಕಿಂತಲೂ ಹೆಚ್ಚಾಗಿ ಅಪಾರವಾದ ಕರುಣೆ ಉಕ್ಕಿಬಂತು. ಒಂದು ವೇಳೆ ಹೊರಗೆ ಬಂದಿರುವುದು ಮಾರಿಯಾದರೆ, ಆಕೆ ಎಂದೂ

ಸ್ತ್ರೀಯಾದ ತನಗೆ ತೊಂದರೆ ಕೊಡಲಾರಳು ಎಂಬ ಭರವಸೆ ಅವಳಿಗಿತ್ತು. ತಾನೂ ಈಗ ಮಾರಿಯಂತೆ ಅಲ್ಲವೇ?

ಅಮ್ಮನೇ ಒಂದು ಬಾರಿ ಮಾರಿಯ ಕಥೆ ಹೇಳಿದ್ದರು.

ಹಿಂದೊಂದು ಕಾಲದಲ್ಲಿ ಚೋಲನಾಯ್ಕರ ಊರಿನಲ್ಲಿ ಸುಂದರಿಯಾದ ಬಾಲಕಿ ಇದ್ದಿದ್ದಳು. ತಂದೆ ತಾಯಿಯ ಕಣ್ಮಣಿಯಾಗಿ ಅವಳು ಬೆಳೆದು ಬಂದಳು. ಆದರೆ ಊರಿನ ಯಾರೋ ಕೆಲವರು ಮಾಡಿದ ತಪ್ಪಿನ ಹೆಸರಿನಲ್ಲಿ ಭಗವತಿ ಉಗ್ರರೂಪ ತಾಳಿದಳು. ಕಾಯಿಲೆ ಹರಡುವಂತೆ ಮಾಡಿ ಸಂಹಾರ ತಾಂಡವವಾಡಿದಳು. ಆ

ಕೋಪದ ಬಿರುಗಾಳಿಯಲ್ಲಿ ಆ ಊರಿನ ಹಲವರೊಂದಿಗೆ ಮಾರಿಯ ಅಪ್ಪ, ಅಮ್ಮನೂ ತೀರಿಕೊಂಡರು. ಮರಣ ಹೊಂದಿದ ರೋಗಿಗಳ ಜತೆ ಅವರು ವಾಸಿಸುತ್ತಿದ್ದ ಗುಡಿಸಲನ್ನೂ ಸುಟ್ಟುಹಾಕಲಾಯಿತು. ಅಪ್ಪನ ಯಾವುದೋ ಸಂಬಂಧಿ ಮಾರಿಯ ಸಂರಕ್ಷಣೆಯ ಹೊಣೆ ಹೊತ್ತುಕೊಂಡ. ಅವರ ಮನೆಯಲ್ಲಿ ವಾಸಿಸುತ್ತಿದ್ದ ವೇಳೆ ಒಂದು ರಾತ್ರಿ ಮಾರಿ ಋತುಮತಿಯಾದಳು. ಹಸುರು ಗುಡ್ಲು ನಿರ್ಮಿಸಲು ಸಮಯದ ಕೊರತೆ ಇತ್ತು. ಋತುಮತಿಯಾದವಳನ್ನು ಗುಡಿಸಲಿನಲ್ಲಿ ಇರಿಸಿದರೆ ಊರಿನ ಮುಖ್ಯಸ್ಥ ತಮಗೆ ಬಹಿಷ್ಕಾರ ಹಾಕುತ್ತಾರೆ ಎಂದು ಅವಳ ಸಂಬಂಧಿ ಭಯಗೊಂಡರು. ಗುಡಿಸಲಿನಿಂದ ಸ್ವಲ್ಪ ದೂರ ಇರುವ ಮರವೊಂದರ ಅಡಿಯಲ್ಲಿ ಅವರು ಅವಳನ್ನು ಕುಳ್ಳಿರಿಸಿದರು. ರಾತ್ರಿಯ ವೇಳೆ ಮಂಜು ಜೋರಾಗಿ ಬೀಳತೊಡಗಿದಾಗ ಭಯದಿಂದ, ಚಳಿಯಿಂದ ಅದಕ್ಕಿಂತಲೂ ಹೆಚ್ಚಾಗಿ ಋತುಸ್ರಾವದ ನೋವಿನಿಂದ ಮಾರಿ ತತ್ತರಿಸಿ ಹೋದಳು. ಹಸಿರಕ್ತದ ವಾಸನೆ ಹಿಡಿದು ಅಲ್ಲಿಗೆ ಬಂದ ದೊಡ್ಡ ಹುಲಿಯನ್ನು ನೋಡಿ ಅವಳು ಸ್ಥಬ್ದಳಾದಳು. ಒಮ್ಮೆ ಕಣ್ಣಳತೆಯ ದೂರದಲ್ಲಿರುವ ಗುಡಿಸಲಿನೆಡೆಗೆ, ಮತ್ತೊಮ್ಮೆ ಹುಲಿಯ ಹೊಳೆಯುವ ಕಣ್ಣುಗಳತ್ತ ಅವಳು ದೈನ್ಯತೆಯಿಂದ ನೋಡಿದಳು. ತನ್ನೊಳಗಿನ ಆಂತರಿಕ ಪ್ರಜ್ಞೆಯಿಂದ ತನ್ನ ಮುಂದೆ ಕುಳಿತಿರುವ ಮನುಷ್ಯನನ್ನು ನೋಡಿ ಹುಲಿ ಸ್ವಲ್ಪ ಹೊತ್ತು ನಿಷ್ಕ್ರಿಯವಾಗಿ ನಿಂತಿತು. ಆದರೆ ಅಸಹನೀಯ ಹಸಿವಿನ ಕೂಗು ಕಾಣಿಸಿಕೊಂಡಾಗ ಅದು ಹಿಂದೇಟು ಹಾಕಲಿಲ್ಲ. ಕಚ್ಚಿ ತುಂಡುಮಾಡಲು ಸಾಧ್ಯವಾಗದ ಕೆಲವು ಎಲುಬುಗಳೊಂದಿಗೆ, ಕೆಲವು ಕೂದಲುಗಳೊಂದಿಗೆ ಮಾರಿ ಮರದ ಅಡಿಯಲ್ಲಿ ಅವಶೇಷವಾಗಿ ಉಳಿದಳು. ಮಳೆಬೀಳುವ, ಮಂಜು ಬೀಳುವ ಕೆಲವು ರಾತ್ರಿಗಳಲ್ಲಿ ಬದುಕಿನ ಕೊನೆಯನ್ನು ಕಾಯುತ್ತಾ ಮಲಗುವವರು ಮಾರಿಯ ದಯನೀಯ ಕೂಗನ್ನು ಕೇಳಿಸಿಕೊಳ್ಳುತ್ತಿದ್ದಾರಂತೆ.

ಮಾರಿಯಮ್ಮನ ಆತ್ಮ ಹೀಗೇಕೆ ಅಲೆಯುತ್ತಲೇ ಇದೆ? ಬದುಕುವ ಆಸೆ ಇನ್ನೂ ಇತ್ತು ಎಂಬ ಸಂಕಟವಿದ್ದಿರಬಹುದೇ? ಮಾರಿಯಮ್ಮನ ಆ ಪಾಪದ ಆತ್ಮಕ್ಕೆ ಯಾವಾಗ ಮುಕ್ತಿ ಸಿಗುತ್ತದೆ?

ಹಸುರು ಗುಡ್ಲುವಿನ ಗೋಡೆಯ ಆಚೆಯಿಂದ ಕೇಳಿಸಬಹುದಾದ ಮಾರಿಯ ಶಬ್ದಕ್ಕಾಗಿ ಬೊಮ್ಮಿ ಕಿವಿಯರಳಿಸಿದಳು. ತಾಳೆಯ ಗರಿಯ ಗೋಡೆಯನ್ನು ಮಾರಿಯ ಕೂದಲೆಂದು ಎಣಿಸಿ ಅದರ ಮೇಲೆ ಮಾತೃವಾತ್ಸಲ್ಯದಿಂದ ನೇವರಿಸುತ್ತಾ ತನ್ನದೇ ಆತ್ಮದೊಡನೆ ಪಿಸುಗುಟ್ಟಿದಳು.

ಮಾರಿಯಮ್ಮ ಅಳಬೇಡಿ. ಅಲ್ಲಿನ ದುಃಖಗಳನ್ನೆಲ್ಲ ಭಗವತಿ ದೂರಮಾಡಲಿ. ಶಾಂತವಾಗಿ ನಿದ್ದೆ ಮಾಡಿ.

ಮಾರಿಯಮ್ಮನನ್ನು ನೇವರಿಸಿ ಸಂತೈಸುತ್ತಾ ಮುಂಜಾನೆ ವೇಳೆಯಲ್ಲೆಲ್ಲೋ ಬೊಮ್ಮಿ ನಿದ್ದೆಗೆ ಜಾರಿದಳು.

ಬೆಳಗ್ಗೆ ಗಂಜಿ ಮತ್ತು ಹಸಿರೆಲೆಗಳ ಮದ್ದಿನೊಂದಿಗೆ ಬಂದ ಕೆಂಚಿ ಬಾಗಿಲು ತಟ್ಟಿದಾಗಲೇ ಬೊಮ್ಮಿಗೆ ಎಚ್ಚರಿಕೆಯಾದದ್ದು. ತಡವಾಗಿ ನಿದ್ದೆ ಮಾಡಿದ್ದರ ಸುಸ್ತು ಅವಳ

ಮುಖದಲ್ಲಿ ಕಾಣಿಸುತ್ತಿದ್ದರೂ, ಶಾಂತವಾದ ಆ ಮುಖವನ್ನು ನೋಡಿದಾಗ ಕೆಂಚಿಗೆ ಸಂತೋಷವಾಯಿತು. ಬೊಮ್ಮಿಗೆ ಮೈನೆರೆದದ್ದರಿಂದ ಮಾಡಬೇಕಾಗಿದ್ದ ತಿರಂಡು (ಇದು ಕೂಡ ಮಲಯಾಳಂ ಪದ) ಮದುವೆಯ ಸಿದ್ಧತೆಗಳು ನಡೆಯುತ್ತಿದ್ದುದರಿಂದ ಕೆಂಚಿ ಕೂಡಲೇ ಗುಡಿಸಲಿಗೆ ವಾಪಸಾದಳು. ತಿರಂಡು ಮದುವೆಗೆ ಖರ್ಚು ತುಂಬಾ ಇದೆ. ಕುಟುಂಬದ ಎಲ್ಲರಿಗೂ ಹೊಸ ಬಟ್ಟೆ ಕೊಡಿಸಬೇಕು, ಆಭರಣಗಳನ್ನು ಖರೀದಿಸಬೇಕು. ಊರಿನ ಮುಖ್ಯಸ್ಥನ ನೇತೃತ್ವದಲ್ಲಿ ನಡೆಯುವ ಸಾಂಪ್ರದಾಯಿಕ ಕಾರ್ಯಗಳು ಸೇರಿದಂತೆ ಬೇರೆ ಖರ್ಚುಗಳೂ ಇವೆ. ಕುಮ್ಮಾಡನ್ ಮತ್ತು ಕೆಂಚಿಗೆ ಇಬ್ಬರು ಹೆಣ್ಣುಮಕ್ಕಳು. ಕಿರಿಯವನಾಗಿ ಗಂಡುಮಗು ಇದ್ದಿದ್ದರೆ ಹಸುರು ಗುಡ್ಲುವಿನಲ್ಲಿ ಬೊಮ್ಮಿಗೆ ಜತೆಯಾಗಿ ಅವನನ್ನು ನಿಲ್ಲಿಸಬಹುದಿತ್ತು.

ಕುಮ್ಮಾಡನ್ ಮತ್ತು ವೀರ ಕಾಡಿನಲ್ಲೆಲ್ಲ ಸುತ್ತಾಡಿ ಜೇನು ಸಂಗ್ರಹಿಸಿದರು. ಇನ್ನೂ ಸ್ವಲ್ಪ ಹೆಚ್ಚು ಜೇನು ಸಂಗ್ರಹಿಸಿದರೆ ಮಾತ್ರ ತಿರಂಡು ಮದುವೆಯ ಖರ್ಚನ್ನು ನಿಭಾಯಿಸಬಹುದು. ಜೇನುನೊಣಗಳನ್ನು ಬೆಂಕಿ ಹಚ್ಚಿ ಓಡಿಸುವುದು ಕುಮ್ಮಾಡನ ಕೆಲಸವಾಗಿತ್ತು. ಅದಕ್ಕಾಗಿ ಕಾಡಿನ ಎಲೆಗಳು ಮತ್ತು ಕೊಂಬೆಗಳಿಗೆ ಬೆಂಕಿ ಹೊತ್ತಿಸಿ ಮರದ ಮೇಲೆ ಹತ್ತಿದನು. ಜೇನಿನ ಅಟ್ಟಿಗಳನ್ನು ಸಂಗ್ರಹಿಸಲು ವೀರ ಕುಮ್ಮಾಡನ ಹಿಂದೆ ಹತ್ತಿದ. ಪೂರ್ವ ಭಾಗದ ಬೆಟ್ಟಗಳಲ್ಲಿನ ಯಾವೆಲ್ಲ ಮರಗಳಲ್ಲಿ ಮಾಗಿದ ಜೇನಿನ ಅಟ್ಟಿಗಳು ಇರುತ್ತವೆ ಎಂಬುದು ಕುಮ್ಮಾಡನ್ ಹಾಗೂ ವೀರನ ಅತೀಂದ್ರಿಯ ಮನಸ್ಸುಗಳಿಗೆ ತಿಳಿದಿತ್ತು. ಅದು ಕಾಡಿನ ಜತೆಗೆ ಬದುಕುವವರಿಗೆ ಪ್ರಕೃತಿ ನೀಡುವ ಇಂದ್ರಿಯಾತೀತ ಶಕ್ತಿ ಎಂಬುದು ಈಗ ಬೊಮ್ಮಿಯ ಅರಿವಿಗೆ ಬಂದಿತ್ತು. ನಮಗಿಂತಲೂ ಸುಸಂಸ್ಕೃತರಾದ ನಗರವಾಸಿಗಳಿಗೆ ಒಮ್ಮೆಯೂ ಸಿಗಲಾರದ ವಿದ್ಯೆ ಇದು ಎಂದು ಒಮ್ಮೆ ಅಪ್ಪ ಧೈರ್ಯಶಾಲಿಯಾದ ಕಾಡಿನ ವಾಸಿಯ ಕಥೆ ಹೇಳಿದ್ದನ್ನು ಬೊಮ್ಮಿ ನೆನಪಿಸಿಕೊಂಡಳು. ಕಾಡಿನ ಮೂಲಕ ಗಿರಿಶಿಖರಗಳ ತುದಿಯತ್ತ, ಅಲ್ಲಿಂದ ಬೇರೆ ದೇಶಗಳ ಮುಖ್ಯ ಪ್ರದೇಶಗಳಿಗೆ ತಲುಪಲು ಸುರಂಗದ ಮೂಲಕ ಸುಲಭದ ಹಾದಿಯನ್ನು ಕಂಡುಹುಡುಕಲು ನಗರವಾಸಿಗಳು ಪ್ರಯತ್ನಿಸಿ ವಿಫಲರಾಗಿದ್ದರು. ಅವರು ಕೇವಲ ನಗರವಾಸಿಗಳಾಗಿರಲಿಲ್ಲ. ತಮ್ಮ ಬುದ್ಧಿ, ಶಕ್ತಿ, ಸಾಹಸದಿಂದ ಇಡೀ ಜಗತ್ತನ್ನೇ ಮಣಿಸಿದವರಾಗಿದ್ದರು. ವಿಫಲರಾದ ನಗರವಾಸಿಗಳ ಮುಂದೆ ಸಾಂತ್ವನ ಹೇಳುವಂತೆ ಒಬ್ಬ ಅರಣ್ಯವಾಸಿ ಬಂದು ನಿಂತ. ಆತ ನಿರಾಯಾಸವಾಗಿ ಅವರ ಚಿಂತೆಯಲ್ಲಿದ್ದ ಸುಲಭದ ಮಾರ್ಗವನ್ನು ಹುಡುಕಿಕೊಟ್ಟ. ಗುರಿ ತಲುಪಿದ ನಗರವಾಸಿಗಳು ಆಹ್ಲಾದಿಸಿದರೂ ಜಗತ್ತನ್ನೇ ಜಯಿಸಿದ ಬುದ್ಧಿವಂತರು ಎಂಬ ತಮಗಿದ್ದ ಖ್ಯಾತಿಯನ್ನು ಒಬ್ಬ ಅರಣ್ಯವಾಸಿ ಅಳಿಸಿಹಾಕಿದ ನೋವು ಅವರಲ್ಲಿ ಮಾಯದೆ ಉಳಿದುಕೊಂಡಿತು. ಅವರು ಆ ಪರೋಪಕಾರಿಯನ್ನು ಮೋಸದ ಮೂಲಕ ಕೊಂದರು. ಮೋಸಕ್ಕೊಳಗಾದ ಆ ವ್ಯಕ್ತಿಯ ಆತ್ಮ ಪ್ರತೀಕಾರ ತೀರಿಸುವ ಸಲುವಾಗಿ ಸುರಂಗದೊಳಗೆ ಅತ್ತಿಂದಿತ್ತ ಸಾಗಿತು. ಸುರಂಗ ಹತ್ತಿ ಇಳಿಯುವ ವಾಹನಗಳ, ಎತ್ತಿನ ಗಾಡಿಗಳ ಚಕ್ರಗಳನ್ನು ದಾರಿ ತಪ್ಪಿಸಿ ಅದು ಆಳವಾದ ಕಣಿವೆಗೆ ಎಸೆಯಿತು. ಭಯಗೊಂಡ ನಾಗರಿಕರು ಇದಕ್ಕೆ ಕಾರಣ

ಕಂಡುಹುಡುಕಿದರು. ಕೊನೆಗೆ ಪರಿಹಾರ ಕಂಡುಕೊಂಡವರಂತೆ ಪ್ರತೀಕಾರ ದಾಹಿಯಾದ ಆ ಆತ್ಮವನ್ನು ಒಂದು ಮರದಲ್ಲಿ ಸರಪಳಿ ಸಮೇತ ಬಂದಿಯಾಗಿಸಿದರು. ಆ ಮಾರ್ಗದ ಮೂಲಕ ಸಾಗುವವರು ಆತನಿಗೆ ನಮಸ್ಕರಿಸಿ ಆತನ ಸೇವೆಯನ್ನು ಸ್ಮರಿಸತೊಡಗಿದರು. ಯಾರನ್ನು ನಿರ್ನಾಮ ಮಾಡಲು ನಗರವಾಸಿಗಳು ನಿಗೂಢ ತಂತ್ರಗ್ರಳನ್ನು ಹೆಣೆದರೋ ಅದೇ ವ್ಯಕ್ತಿಯನ್ನು ಸ್ಮರಿಸುವ ಹಂತಕ್ಕೆ ಕಾಲ ಬದಲಾಯಿತು. ತಲೆಮಾರುಗಳನ್ನು ನೋಡಿ ಆತನ ಆತ್ಮ ಸರಪಳಿಯೊಳಗೆ ಎದೆಬಿರಿದು ನಕ್ಕಿತು.

ಕೇವಲ ಕಥೆಗಳಾಗಿ ಬದಲಾಗಿದ್ದ ಮಾರಿ ಮತ್ತು ಕರಿಂತಂಡನ್ ನೋವಿನ ಅನುಭವವಾಗಿ ತನ್ನಲ್ಲಿ ಹರಿಯುತ್ತಿರುವುದನ್ನು ಹಸುರು ಗುಡ್ಲುವಿನ ಕತ್ತಲಿನ ಏಕಾಂತತೆಯಲ್ಲಿ ಬೊಮ್ಮಿ ಕಂಡಳು. ರಾತ್ರಿಯ ಭಯವನ್ನು ಹೋಗಲಾಡಿಸಲು ಅವಳು ಅವರ ಆತ್ಮದೊಂದಿಗೆ ಸಂವಾದ ನಡೆಸಿದಳು. ಕಾಡಿನ ತೊರೆಯಲ್ಲಿ ಮೀನು ಹಿಡಿಯುವವರು, ಕಾಡಿನಿಂದ ಕಟ್ಟಿಗೆಗೆಂದು ಮರದ ಕೊಂಬೆಗಳನ್ನು ಸಂಗ್ರಹಿಸುವವರ ಹಿಂದೆ ಕುತೂಹಲದಿಂದ ಓಡುತ್ತಿದ್ದ ನಿನ್ನೆಯವರೆಗಿನ ಬಾಲಕಿ ತನ್ನಿಂದ ದೂರವಾಗಿದ್ದಾಳೆ ಎಂದು ಯಾಕೋ ಅವಳಿಗೆ ಅನಿಸಿತು. ರಾತ್ರಿಯೊಂದಿಗೆ, ಏಕಾಂತದೊಂದಿಗೆ, ಸಂವಾದ ಮಾಡುತ್ತಾ ಯುಗಗಳ ಕಾಲ ಅಲ್ಲಿ ಕಳೆದಂತೆ ಅವಳಿಗೆ ಭಾಸವಾಯಿತು. ಯಾವುದೋ ಒಂದು ದಿನ ಕೆಂಚಿ ಹಾಗೂ ಕೆಲವು ಮಹಿಳೆಯರು ಬಂದು ಅವಳನ್ನು ಕಾಡಿನ ತೊರೆಯ ಬಳಿಗೆ ಕರೆದುಕೊಂಡು ಹೋದರು. ಅವಳಿಗೆ ಸ್ನಾನ ಮಾಡಿಸಿದರು. ಅವಳಿಗೆ ಧರಿಸಲೆಂದು ಹೊಸ ಉಡುಪುಗಳನ್ನು ಅವರು ತಂದಿದ್ದರು. ಹಿರಿಯ ಮಹಿಳೆಯರು ಉಡುವ ಬಟ್ಟೆ ಅದು ಎಂದು ಆಕೆಗೆ ತಿಳಿದಿದ್ದರೂ ಬೊಮ್ಮಿಗೆ ಆಶ್ಚರ್ಯ ಎನಿಸಲಿಲ್ಲ. ಅವಳೀಗ ಬಾಲಕಿಯಲ್ಲ. ದೊಡ್ಡ ಹುಡುಗಿ ಎಂದು ಅವಳಿಗೆ ಗೊತ್ತಾಗಿದೆ. ಅವರು ಅವಳಿಗೆ ರೋಲ್ಡ್‌ಗೋಲ್ಡ್ ಆಭರಣಗಳನ್ನು ಧರಿಸಿ ಸಿಂಗಾರ ಮಾಡಿದರು. ಅಲಂಕರಿಸಿದ ಚಪ್ಪರದೊಳಗೆ ಅವಳನ್ನು ಕರೆದುಕೊಂಡು ಬಂದರು. ಕುಮ್ಮಾಡನ್, ಊರಿನ ಮುಖ್ಯಸ್ಥ ಸೇರಿದಂತೆ ಮತ್ತೆ ಕೆಲವು ಹಿರಿಯರು ಅಲ್ಲಿದ್ದರು. ಅವಳು ಅವರೆಲ್ಲರ ಆಶೀರ್ವಾದವನ್ನು ಪಡೆದಳು. ಕೆಂಚಿ ಮಗಳಿಗೆ ಒಂದು ಮಣ್ಣಿನ ಕೊಡವನ್ನು ನೀಡಿದಳು. ಸಮೀಪದ ತೊರೆಯಿಂದ ಅದರಲ್ಲಿ ಅವಳು ನೀರು ತೆಗೆದುಕೊಂಡು ಬರಬೇಕು. ಕೊಡವನ್ನು ನಿಶ್ಚಲವಾದ ನೀರಿನೊಳಗೆ ಇಳಿಸುವ ಮೊದಲು ಅವಳು ಅದರ ತಳಕ್ಕೆ ನೋಡಿದಳು. ಅದರಲ್ಲಿ ಸುಂದರಿಯಾದ ಕಾಡಿನ ವಾಸಿಯಾಗಿರುವ ಯುವತಿಯನ್ನು ಕಂಡು ಸಂತೋಷಗೊಂಡಳು. ನೀರಿನೊಂದಿಗೆ ಬಂದ ಬೊಮ್ಮಿ ಮೂರು ಬಾರಿ ಗುಡಿಸಲಿಗೆ ಸುತ್ತು ಹಾಕಿದಳು. ಅವಳು ಒಬ್ಬ ಹಿರಿಯ ಮಹಿಳೆಯಾಗಿ ತನ್ನ ಗುಡಿಸಲಿನೊಳಗೆ ಕಾಲಿಟ್ಟ ವೇಳೆಯಲ್ಲೇ ಬೊಮ್ಮಿ ಹಿರಿಯ ಮಹಿಳೆಯಾಗಿ ರೂಪಾಂತರಗೊಳ್ಳಲು ಕಾರಣವಾಗಿದ್ದ ಹಸುರು ಗುಡ್ಲುವನ್ನು ಸುಟ್ಟು ಹಾಕಲು ಯುವಕರಿಗೆ ನಿರ್ದೇಶನ ನೀಡುವುದನ್ನು ಅವಳು ಕೇಳಿಸಿಕೊಂಡಳು. ತನ್ನ ಪ್ರೀತಿಪಾತ್ರವಾದ ಗರ್ಭಪಾತ್ರವನ್ನು ಛಿದ್ರಗೊಳಿಸುವ ನೋವು ಆಗ ಅವಳಿಗೆ ಭಾಸವಾಯಿತು.

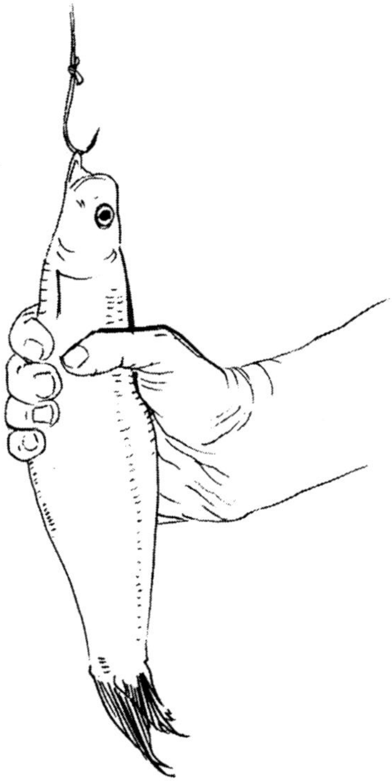

ಮೀನು ಬರುವಾಗ

ರಾಜಭವನಕ್ಕೆ ಮೊಮ್ಮಗ ಇದೇ ಮೊದಲ ಬಾರಿಗೆ ಬಂದಿದ್ದ. ಎಂಟನೇ ತರಗತಿ ಪರೀಕ್ಷೆ ಮುಗಿದು ರಜೆ ಕಳೆಯಲೆಂದು ಆತ ಅಜ್ಜನ ಬಳಿಗೆ ಬಂದಿದ್ದ. ಕೆಲಸದ ಒತ್ತಡದಿಂದಾಗಿ ಮಗಳ ಕಲಿಕೆಯ ಸಮಯದಲ್ಲಿ ಅವಳೊಂದಿಗೆ ಹೆಚ್ಚಿನ ಸಮಯ ಕಳೆಯಲಾಗಲಿ, ಪ್ರೀತಿಯಿಂದ ಮಾತನಾಡಲಾಗಲಿ ಸಾಧ್ಯವಾಗದ್ದರ ನೋವು ಈಗಲೂ ಕಾಡುತ್ತಿತ್ತು. ಅವಳ ಮಗನ ಮೂಲಕ ಅಂದಿನ ತಪ್ಪುಗಳನ್ನು ಸರಿಪಡಿಸಿಕೊಂಡು ಮುನ್ನಡೆಯುವ ಬಯಕೆ ಮನಸ್ಸಿನಲ್ಲಿತ್ತು. ತನ್ನ ಬದುಕೆಂಬುದು ದಾರಿಹೋಕರಿಗೆ ನೆರಳು ನೀಡಲು ಬಿಸಿಲಿಗೆ ಮೈಯೊಡ್ಡುವ ಮರದಂತೆ ಎಂಬುದನ್ನು ಅವರು ನೆನಪಿಸಿಕೊಂಡರು. ಹುಟ್ಟಿದ ಮನೆ, ಬೆಳೆದ ಊರು, ಕಲಿತ ಶಾಲೆ, ತಿರುಗಾಡಿದ ಪ್ರದೇಶಗಳನ್ನೆಲ್ಲ ಮರೆಯಬಾರದು ಎಂಬ ಹಠ ಅವರಿಗಿದ್ದಿತ್ತು. ಬದುಕಿನಲ್ಲಿ ಎದುರಿಸಿದ ಬಿರುಗಾಳಿಯ ನಡುವೆಯೂ ತನ್ನದೆನ್ನುವ

ಕೆಲವು ಕ್ಷಣಗಳನ್ನು ಆಸ್ವಾದಿಸಲು ಅವರಿಗೆ ಸಾಧ್ಯವಾಗಿತ್ತು. ಸಮಸ್ಯೆಗಳನ್ನು ಎದುರಿಸುತ್ತಿರುವಾಗ ಏಕಾಂತದ ಅನುಭವಗಳು, ಕೆಲವೊಂದು ಸಣ್ಣ ಚಿಂತನೆಗಳು ಸಮಸ್ಯೆಯ ಆ ಸುಳಿಗಳನ್ನು ಶಾಂತವಾಗಿ ಹರಿಯುವ ನದಿಯಂತೆ ಮಾರ್ಪಡಿಸಿದ್ದನ್ನು ಅವರು ನೆನಪಿಸಿಕೊಂಡರು.

ಸಾವನ್ನು ಮುಖಾಮುಖಿಯಾಗಿ ಕಂಡ ನಿಮಿಷಗಳಲ್ಲಿಯೂ ಬದುಕನ್ನು ಮುನ್ನಡೆಸಿದ್ದು "ಯಾರಿಗೂ ಬೇಡದವರಾಗಿ ಅಥವಾ ಎಲ್ಲರಿಗೂ ಬೇಕಾದವರಾಗಿ ಯಾರನ್ನೂ ಸೃಷ್ಟಿಸಿಲ್ಲ" ಎಂಬ ಅರಿವೇ ಆಗಿತ್ತು. ಅಂದು ತಾನು ಸಾಗಿಬಂದ ಶಾಂತವಾದ ಮಾರ್ಗಗಳು ತನ್ನ ಮೊಮ್ಮಗನಿಗೆ ಪ್ರೇರಣೆಯಾಗಿದ್ದಿದ್ದರೆ ಎಂದು ಬಯಸಿದ್ದ ದಿನಗಳೂ ಇಲ್ಲದೇ ಇರಲಿಲ್ಲ.

ಒಂಟಿಯಾಗಿ ನಡೆದು ಅಭ್ಯಾಸವಿದ್ದವನು ಮಾತ್ರ ಒಂಟಿತನದಲ್ಲಿ ಕುಸಿದು ಬೀಳಲಾರ ಎಂಬ ಅನುಭವದ ಮಾತುಗಳನ್ನು ಅವರಿಗೆ ಮೊಮ್ಮಗನೊಂದಿಗೆ ಹೇಳಬೇಕೆನಿಸಲಿಲ್ಲ. ತಮಗೆ ಆಧಾರಸ್ತಂಭವಾಗಲು ಯಾರೂ ಬರಲಾರರು ಎಂಬ ಕಟುಸತ್ಯವೇ ಹಕ್ಕಿಗಳಿಗೆ ಹಾರಲು ಬೇಕಾದ ರೆಕ್ಕೆಯನ್ನು ಬೆಳೆಸುತ್ತದೆ ಎಂಬ ಸತ್ಯ ನೆನಪಾದರೂ ಅದನ್ನು ಅವನ ಬಳಿ ಹೇಳಲಿಲ್ಲ. ಮರ ಬೆಳೆದು ಹೆಮ್ಮರವಾಗಬೇಕಾದರೆ ಹಲವು ಋತುಗಳನ್ನು ದಾಟಲೇಬೇಕು. ಶ್ರೀಮಂತಿಕೆಯ, ಆಡಂಬರದ, ಧಾರಾಳಿತನದ, ಸಕಲ ಸೌಕರ್ಯಗಳೊಂದಿಗೆ ಬೆಳೆಸಿದ ಮೊಮ್ಮಗನನ್ನು ತನ್ನ ಹಳೆಯ ಅನುಭವಗಳನ್ನು ಹೇಳಿಕೊಂಡು ಬೋರ್ ಹೊಡೆಸದಂತೆ ಅಜ್ಜನಾದ ಅವರು ಎಚ್ಚರ ವಹಿಸಿದರು.

ರಾಜಭವನದ ಬೀಚ್‌ನಲ್ಲಿ ವಿಐಪಿಗಳಿಗೆ ಗಾಳ ಹಾಕಿ ಮೀನು ಹಿಡಿಯಲೆಂದೇ ಪ್ರತ್ಯೇಕವಾದ ಜಾಗವಿತ್ತು. ಸಮುದ್ರದೆಡೆಗೆ ಮೆಟ್ಟಿಲುಗಳು ಜಾರಿ ನಿಂತಂತಿರುವ ಆ ಜಾಗ ಮೊಮ್ಮಗನಿಗೆ ಇಷ್ಟವಾಯಿತು ಎಂಬುದು ಅವನ ವರ್ತನೆಯಿಂದ ಗೊತ್ತಾಯಿತು. ಪುರಾತನವಾದ ರಾಜಭವನದ ಶಿಲ್ಪಗಳಾಗಲಿ, ಚಾರಿತ್ರಿಕ ನಿರ್ಮಾಣಗಳಾಗಲಿ ಅವನಿಗೆ ಇಷ್ಟದ ವಿಷಯಗಳೇ ಆಗಿರಲಿಲ್ಲ. ಗಾಳ ಹಾಕಲು ಅವನಿಗೆ ಎಲ್ಲಾ ವ್ಯವಸ್ಥೆಗಳನ್ನು ಮಾಡಿಕೊಡಲಾಯಿತು. ಸುಂದರವಾದ ರಾಜಭವನದೆಡೆಗಿರುವ ಪ್ರವೇಶದ ಹಾದಿ ಇಲ್ಲದೇ ಇದ್ದಿದ್ದರೆ ಅರಬ್ಬಿ ಸಮುದ್ರ, ಮಾಂಡೊವಿ, ಜುವಾರಿ ನದಿಗಳ ಸಂಗಮಸ್ಥಳದಲ್ಲಿ ನೆಲೆ ನಿಂತಿರುವ ದ್ವೀಪವನ್ನಾಗಿ ಅದನ್ನು ಬದಲಾಯಿಸಬಹುದಿತ್ತು. ಉಪ್ಪು ನೀರು, ಹೊಳೆಯ ನೀರು ಸೇರಿಕೊಳ್ಳುವ ರಾಜಭವನದ ಗಡಿಭಾಗಗಳು ಹಲವು ವಿಧದ ಗಿಡಬಳ್ಳಿಗಳಿಂದ ಸುತ್ತಿಕೊಂಡು, ನವಿಲುಗಳು, ಕೋತಿಗಳು, ವಿಷದ ಹಾವುಗಳ ವಿಹಾರಕೇಂದ್ರವೂ ಆಗಿತ್ತು. ಭದ್ರತಾ ಸಿಬ್ಬಂದಿಯ ಸೂಕ್ಷ್ಮ ವೀಕ್ಷಣೆಯಿಂದಾಗಿ ಹೊರಗಿನವರಿಗೆ ಒಳಗೆ ಪ್ರವೇಶ ಅಸಾಧ್ಯವಾಗಿತ್ತು. ನಿರ್ಜನವಾದ ಆ ಪ್ರದೇಶದಲ್ಲಿ ಮೊಮ್ಮಗ ಕುಳಿತು ಗಾಳ ಹಾಕುವಾಗ ಅಜ್ಜನಿಗೆ ಸ್ವಲ್ಪ ಆತಂಕ ಕಾಡುತ್ತಿತ್ತು. ಆದರೆ ಆ ಬಗ್ಗೆ ಮಾತನಾಡಿ ಅವನ ರಜಾದಿನಗಳ ಸಂತೋಷವನ್ನು ಹಾಳುಮಾಡಲು ಅವರಿಗಿಷ್ಟವಿರಲಿಲ್ಲ. ಭದ್ರತಾ ಸಿಬ್ಬಂದಿ ಬಳಿ ಮೊಮ್ಮಗನನ್ನು

ಸರಿಯಾಗಿ ನೋಡಿಕೊಳ್ಳಬೇಕು ಎಂದಷ್ಟೇ ಅವರು ಹೇಳಿದರು. ಆದರೆ ಸಮುದ್ರದಲ್ಲಿ ವಿಹರಿಸುವ ಮೀನುಗಳನ್ನು ತನ್ನ ಗಾಳಕ್ಕೆ ಸಿಲುಕಿಸಲು ಗಂಟೆಗಟ್ಟಲೆ ಅವನು ಅಪಾಯಕಾರಿಯಾದ ಆ ಬಂಡೆಗಳ ಮಧ್ಯೆ ತಪಸ್ಸು ಮಾಡಲು ಕೂತವನಂತೆ ಕುಳಿತುಕೊಳ್ಳುತ್ತಿರುವುದು ಅಜ್ಜನ ಆತಂಕ ಹೆಚ್ಚಿಸಿತು. ಆ ಬಗ್ಗೆ ಅವರು ಅವನ ಅಮ್ಮನ ಬಳಿ ಹೇಳಿದರು.

"ಹೆದರುವಂಥದ್ದೇನೂ ಇಲ್ಲ ಅಪ್ಪ, ಅವನು ಅಲ್ಲೆಲ್ಲ ಸುತ್ತಾಡುವುದಿಲ್ಲ. ಗಾಳಕ್ಕೆ ಮೀನು ಸಿಲುಕಿಕೊಂಡಾಗ ಮಾತ್ರವೇ ಅವನು ಮೊಬೈಲ್‌ನಿಂದ ಮುಖವನ್ನು ಮೇಲಕ್ಕೆ ಎತ್ತುತ್ತಾನೆ."

ಅದು ಸರಿ ಎಂದು ಅವರಿಗೂ ಅನ್ನಿಸಿತು. ಕುತೂಹಲಭರಿತ ಹಲವು ದೃಶ್ಯಗಳು ಪುರಾತನ ಕಟ್ಟಡದಲ್ಲಿದ್ದರೂ, ಅದರ ಬಗ್ಗೆ ಸ್ವಲ್ಪವೂ ಆಸಕ್ತಿ ತಾಳದೆ ಯಾವುದೋ ಒಂದು ಮೂಲೆಯಲ್ಲಿ ಕುಳಿತು ಮೊಬೈಲ್ ಅನ್ನು ಬೆರಳಿನಿಂದ ಉಜ್ಜುವುದೇ ಅವನಿಗೆ ಇಷ್ಟ. ಊಟ ಮಾಡುವಾಗಲೂ, ನಿದ್ದೆ ಮಾಡುವಾಗಲೂ ಕೂಡ ಕೈಯಲ್ಲಿ ಮೊಬೈಲ್ ಇದ್ದೇ ಇರುತ್ತದೆ ಎಂದು ಮಗಳು ಹೇಳಿದಳು. "ಅವನಿಗೆ ಬುದ್ಧಿ ಹೇಳಲು ನಿನಗೆ ಆಗುವುದಿಲ್ಲವೇ ಮಗಳೇ? ವರ್ಚುವಲ್ ಲೋಕದಲ್ಲಿ ಹೀಗೆ ಕಾಲ ಕಳೆಯುವುದು ಅಷ್ಟೇನೂ ಒಳ್ಳೆಯ ಸಂಗತಿಯಲ್ಲ ಎಂಬುದು ಗೊತ್ತಿಲ್ಲವೇ"

"ಹೇಳಿದರೆ ಕೇಳಬೇಕಲ್ಲ ಅಪ್ಪಾ, ಕೋವಿಡ್‌ನ ಆರಂಭದಲ್ಲಿ ಈ ಕಾಯಿಲೆ ಶುರುವಾಗಿತ್ತು. ಕ್ಲಾಸ್‌ರೂಂ, ಶಿಕ್ಷಕರು, ಸ್ನೇಹಿತರು ಎಲ್ಲಾ ಈಗ ಈ ಮೊಬೈಲ್‌ನೊಳಗೇ ಇದ್ದಾರೆ. ಆದರೆ ಈಗ ಫೇಸ್‌ಬುಕ್‌ಗೆ ಅಡಿಕ್ಷನ್ ಆಗಿಬಿಟ್ಟಿದ್ದಾನೆ. ಅದೇ ದೊಡ್ಡ ಸಮಸ್ಯೆಯಾಗಿದೆ."

ಅದೇನು ಹೊಸ ಸಮಸ್ಯೆ ಎಂಬ ಪ್ರಶ್ನಾರ್ಥಕ ಭಾವದಲ್ಲಿ ಅವರು ಮಗಳತ್ತ ನೋಡಿದರು.

"ಬೆಳಗ್ಗೆ, ಮಧ್ಯಾಹ್ನ, ರಾತ್ರಿ ಎಲ್ಲಾ ಪೋಸ್ಟ್ ಹಾಕುತ್ತಲೇ ಇರುತ್ತಾನೆ. ಪ್ರತಿಯೊಂದಕ್ಕೂ ಬರುವ ಲೈಕ್, ಕಮೆಂಟ್ ಎಷ್ಟೆಂದು ತಿಳಿದುಕೊಳ್ಳಲು, ಕಮೆಂಟ್‌ಗೆ ಉತ್ತರಿಸುವ ಸಲುವಾಗಿಯೇ ಮೊಬೈಲ್ ಮೇಲೆ ಕಣ್ಣು ಬಿಟ್ಟು ನೋಡುತ್ತಿರುತ್ತಾನೆ."

"ಇಷ್ಟು ಪೋಸ್ಟ್‌ಗಳನ್ನು ಹಾಕಲು ಅಷ್ಟು ವಿಷಯಗಳಿವೆಯಾ? ಅವನು ಪೇಪರ್ ಓದುವುದನ್ನು ನೋಡೇ ಇಲ್ಲ. ಪುಸ್ತಕ ಏನಾದರೂ ಓದುತ್ತಾನೆಯೇ?"

"ಅದ್ಯಾವುದೂ ಅವನಿಗೆ ಇಷ್ಟವಿಲ್ಲ. ಪಾಠ ಪುಸ್ತಕ ಓದಲು ಕೂಡ ಅವನಿಗೆ ಇಷ್ಟವಿಲ್ಲ."

"'ಇಷ್ಟು ಪೋಸ್ಟ್ ಹಾಕಲು ಇನ್ನೇನು ವಿಷಯವಿದೆ?"

"ಅದಕ್ಕೆ ಪ್ರತ್ಯೇಕ ವಿಷಯ ಬೇಕೆಂದೇನೂ ಇಲ್ಲ ಅಪ್ಪ. ಟುಡೇಸ್ ಮಾರ್ನಿಂಗ್ ಸ್ಪೆಷಲ್ ಎಂದು ಬರೆದು ಬೆಳಗ್ಗೆ ತಿಂದ ಪುಟ್ಟು ಮತ್ತು ಕಡಲೆ ಪದಾರ್ಥದ ಚಿತ್ರ ತೆಗೆದು ಪೋಸ್ಟ್ ಹಾಕುತ್ತಾನೆ. ಆಗ ಅವನ ಸ್ನೇಹಿತರು ಅದಕ್ಕೆ ಲೈಕ್ ಒತ್ತಿ ಕಮೆಂಟ್ ಮಾಡುತ್ತಾರೆ..!"

"ಅದೆಲ್ಲ ಎಲ್ಲರೂ ತಿನ್ನುವ ಆಹಾರವಲ್ಲವೇ ಮಗಳೇ ಅದಕ್ಕೆಲ್ಲ ಏನು ಲೈಕ್, ಕಮೆಂಟ್?"

ಹಳಬರಾದ ಅಜ್ಜನಿಗೆ ಹೊಸ ಕಾಲ ಅರ್ಥವಾಗದು ಎಂಬ ಯೋಚನೆ ಅವರಲ್ಲಿ ಎದ್ದು ಕಾಣಿಸಿತು.

ಅವನ ಸ್ನೇಹಿತರು ಪೋಸ್ಟ್‌ನ ಕೆಳಗೆ ವಾವ್, ಯಮ್ಮಿ, ವೆರಿ ಟೇಸ್ಟಿ, ಅಮೇಜಿಂಗ್ ಎಂದೆಲ್ಲ ಕಮೆಂಟ್ ಹಾಕುತ್ತಾರೆ. ಅವನು ಅದಕ್ಕೆ ಥ್ಯಾಂಕ್ ಯು ಬ್ರೊ, ಥ್ಯಾಂಕ್ಯೂ ಡಿಯರ್ ಎಂದೆಲ್ಲ ಉತ್ತರಿಸುತ್ತಾನೆ.."

"ಬಾಲ್ಯದ ಒಂದೊಂದು ಚಪಲತೆಗಳು" ಅವರು ನಿಟ್ಟುಸಿರುಬಿಟ್ಟರು.

"ರಾಜಭವನಕ್ಕೆ ಹೊರಡುವ ಮೊದಲು ಅವನೊಂದು ಪೋಸ್ಟ್ ಹಾಕಿದ್ದ ಅಪ್ಪ.."

"ಅದೇನದು?"

"ರಾಜ್‌ಭವನದ ಬೀಚ್‌ನಲ್ಲಿ ಗಾಳ ಹಾಕಿ ದೊಡ್ಡ ಮೀನುಗಳನ್ನು ಹಿಡಿಯಲು ಹೊರಟಿದ್ದೇನೆ ಎಂದು."

"ಹಾಗಿದ್ದರೂ ಇದುವರೆಗೆ ಅವನಿಗೆ ಒಂದು ಮೀನೂ ಕೂಡ ಸಿಗಲಿಲ್ಲವಲ್ಲ ಮಗಳೆ.."

"ಇಲ್ಲ. ಅದರ ಫ್ರಸ್ಟ್ರೇಷನ್ ಅವನಿಗಿದೆ. ಮೀನು ಹಿಡಿಯಲು ಹೋಗುತ್ತೇನೆ ಎಂಬ ಪೋಸ್ಟ್‌ಗೆ 3 ಕೆ ಲೈಕ್, 1 ಕೆ ಕಮೆಂಟ್ಸ್ ಸಿಕ್ಕಿತಂತೆ. ಇನ್ನು ಮೀನು ಸಿಗದೇ ಹೋದರೆ ಅವಸ್ಥೆ ಏನಾಗುವುದೋ?"

"ಏನಿದು 3 ಕೆ"

"3 ಕೆ ಎಂದರೆ ಮೂರು ಸಾವಿರ ಎಂದರ್ಥ"

"ಅಂದರೆ ಮೂರು ಕಿಲೋ"

"ಹೌದು"

"ಹಾಗಾದರೆ ಇನ್ನು ಗಾಳ ಹಾಕಿ ಹಿಡಿದ ಮೀನಿನ ಚಿತ್ರ ಪೋಸ್ಟ್ ಮಾಡದಿದ್ದರೆ 3 ಕೆಯವನ ಮರ್ಯಾದೆ ಹೋಗುತ್ತದೆ ಎಂದರ್ಥ."

ಸಂಜೆ ಖಾಲಿ ಗಾಳದೊಂದಿಗೆ ಬಂದ ಮೊಮ್ಮಗನ ಮುಖ ಬಾಡಿಹೋದದ್ದರ ಕಾರಣ ಕಂಡುಹುಡುಕಲು ಅಜ್ಜನಿಗೆ ಕಷ್ಟವಾಗಲಿಲ್ಲ. ಮುಂದಿನ ಎರಡು ಮೂರು ದಿನ ಕೂಡ 3 ಕೆಯವನು ಬೀಚ್‌ನಲ್ಲಿ ಗಾಳ ಹಾಕಿದರೂ ಯಾವ ಮೀನುಗಳೂ ಸಿಗಲಿಲ್ಲ. ಊರಿಗೆ ವಾಪಸ್ ತೆರಳುವ ದಿನ ನಿರಾಸೆಯಿಂದ ಕುಳಿತಿದ್ದ ಮೊಮ್ಮಗನನ್ನು ಹತ್ತಿರ ಕರೆದು ಅಜ್ಜ ಹೇಳಿದರು.

"ಕೋಯಿಕ್ಕೋಡ್ ಬೀಚ್‌ನಲ್ಲಿ ನನ್ನ ಕೆಲವು ಮೀನುಗಾರ ಸ್ನೇಹಿತರಿದ್ದಾರೆ. ನೀನು ಅವರ ಬಳಿ ಹೋಗು. ಅವರು ನಿನಗೆ ಗಾಳ ಹಾಕುವುದನ್ನು ಕಲಿಸುತ್ತಾರೆ. ನಿನಗೆ ದೊಡ್ಡ ದೊಡ್ಡ ಮೀನುಗಳನ್ನು ಹಿಡಿಯಲು ಸಾಧ್ಯವಾಗುತ್ತದೆ.."

ಮೊಮ್ಮಗನ ಬಾಡಿದ ಮುಖದ ಮೇಲೆ ಹೊಸ ಬೆಳಕನ್ನು ನೋಡಿದಾಗ ಅಜ್ಜ ಸಂತೋಷಗೊಂಡರು.

"ಮೀನು ಹಿಡಿಯಬೇಕೆಂಬ ನಿನ್ನ ಪ್ಯಾಷನ್‌ನಿಂದ ಎಂದೂ ಹಿಂದೆ ಸರಿಯಬೇಡ, ಆದರೆ ಗುರಿ ಸಾಧಿಸಲು ಪ್ಯಾಷನ್ ಜತೆಗೆ ತರಬೇತಿ ಕೂಡ ಅಗತ್ಯ."

ಅಜ್ಜನ ಉಪದೇಶದಿಂದ ದೊರೆತ ಹೊಸ ಶಕ್ತಿಯೊಂದಿಗೆ ಮೊಮ್ಮಗ ಊರಿಗೆ ವಿಮಾನವೇರಿದ.

ಪ್ರತಿಕೂಲ ಸನ್ನಿವೇಶಗಳೊಂದಿಗೆ ಹೋರಾಡುತ್ತಾ, ಬದುಕು ಮುನ್ನಡೆಸುವ ತನ್ನ ಸ್ವಭಾವದ ಕೆಲವು ಅಂಶಗಳು ಮೊಮ್ಮಗನಲ್ಲೂ ಇರಬೇಕೆಂದು, ಸವಾಲುಗಳಿಗೆ ಶರಣಾಗದೆ ಇನ್ನಷ್ಟು ಶಕ್ತಿವಂತನಾಗಿ ಅವನು ತನ್ನ ಹೊಳಪನ್ನು ಪ್ರದರ್ಶಿಸಬೇಕೆಂದು, ಆ ಮೂಲಕ ವರ್ಚುವಲ್ ಲೋಕದಿಂದ ಮುಕ್ತಿ ಹೊಂದಿ ಅವನು ವಾಸ್ತವ ಬದುಕಿನತ್ತ ಹಿಂತಿರುಗುತ್ತಾನೆ ಎಂದು ಅಜ್ಜ ನಿರೀಕ್ಷಿಸಿದರು.

ಊರು ತಲುಪಿ ಮೂರ್ನಾಲ್ಕು ದಿನಗಳು ಕಳೆದರೂ ಮೊಮ್ಮಗನ ಬಗ್ಗೆ ಯಾವುದೇ ಮಾಹಿತಿ ಸಿಗದ ಕಾರಣ ಅವರು ಮಗಳಿಗೆ ಕರೆ ಮಾಡಿದರು.

"ಮಗಳೆ, ಅಕ್ಷಯ್ ಎಲ್ಲಿ? ಅವನ ಫೋನ್‌ಗೆ ಕರೆ ಮಾಡಿದರೂ ಸಿಗುತ್ತಿಲ್ಲವಲ್ಲ. ಅವನೇಕೆ ಫೋನ್ ಅಟೆಂಡ್ ಮಾಡುತ್ತಿಲ್ಲ?"

"ಅಪ್ಪಾ, ಅವನು ನಿಮ್ಮ ಹಳೆಯ ಕ್ಲೈಂಟ್ ಆದ ಬೀಚಿನ ಜನಗಳ ಬಳಿ ಹೋಗಿದ್ದಾನೆ. ಗಾಳ ಹಾಕಿ ಮೀನು ಹಿಡಿಯುವುದು ಹೇಗೆ ಎಂದು ಕಲಿಯಲು"

ಅಜ್ಜನಿಗೆ ಸಂತೋಷವಾಯಿತು. ತನ್ನ ಮೊಮ್ಮಗ ಮಣ್ಣಿನಲ್ಲಿ ನಡೆಯತೊಡಗಿದ್ದಾನೆ. ಅವನು ತನ್ನ ಮೀನುಗಾರ ಸ್ನೇಹಿತರ ಬಳಿ ಹೋಗಿದ್ದಾನೆ. ಸಮುದ್ರದ ಬಗ್ಗೆ, ದಡದ ಬಗ್ಗೆ ಅವರು ಅವನಿಗೆ ಕಲಿಸಿ ಕೊಡುತ್ತಾರೆ.

"ಅವನು ಏಕೆ ಫೋನ್ ಎತ್ತುತ್ತಿಲ್ಲ?"

"ಅವನು ಫೋನ್ ಇಲ್ಲಿ ಇಟ್ಟು ಹೋಗಿದ್ದಾನೆ. ಫೋನ್‌ನಲ್ಲಿ ಆಡವಾಡಿದ್ರೆ ಮೀನು ಹಿಡಿಯಲು ಏಕಾಗ್ರತೆ ಸಿಗುವುದಿಲ್ಲವಂತೆ. ಮೂರ್ನಾಲ್ಕು ದಿನಗಳಿಂದ ಫೋನ್‌ನಲ್ಲಿನ ಆಟ ಕಡಿಮೆ ಮಾಡಿದ್ದಾನೆ. ಈಗ ಪುಟ್ಟು ಕಡಲೆ ಯಾವುದನ್ನೂ ಪೋಸ್ಟ್ ಮಾಡುತ್ತಿಲ್ಲ" ಮಗಳು ನಗುತ್ತಾ ಹೇಳಿದಳು. ಅಜ್ಜ ಅದನ್ನು ಕೇಳಿ ಜೋರಾಗಿ ನಕ್ಕರು. ಆದರೂ ಮೊಮ್ಮಗನ ಶಬ್ದ ಕೇಳಿಸದ ಕಾರಣ ಅವರಿಗೆ ಸಣ್ಣ ನಿರಾಸೆಯಾಯಿತು. ಮತ್ತೆ ಮೂರ್ನಾಲ್ಕು ದಿನ ಕಳೆದ ಬಳಿಕವೇ ಅವನ ಫೋನ್ ಕಾಲ್ ಅವರಿಗೆ ದೊರಕಿದ್ದು.

"ಅಜ್ಜಾ_ ನಾನು ಕಳುಹಿಸಿದ ವಾಟ್ಸ್‌ಆಪ್ ಫೋಟೋ ಯಾಕೆ ನೋಡಲಿಲ್ಲ?"

"ಸ್ಸಾರಿ ಮಗನೆ_ ನಾನು ಆಫೀಸಲ್ಲಿ ಬ್ಯುಸಿಯಾಗಿದ್ದೆ.. ನಾನೀಗಲೇ ನೋಡುತ್ತೇನೆ."

ಅವರು ಮೊಮ್ಮಗ ವಾಟ್ಸ್‌ಅಪ್‌ನಲ್ಲಿ ಕಳುಹಿಸಿದ ಫೋಟೋ ನೋಡಿದರು. ಒಂದು ದೊಡ್ಡ ಮೀನಿನ ಬಳಿ ಅವನು ನಿಂತಿದ್ದ ಚಿತ್ರವಾಗಿತ್ತು ಅದು.

"ಅಜ್ಜಾ, ಇದು ನಾನು ಇವತ್ತು ಗಾಳದಲ್ಲಿ ಹಿಡಿದ ಮೀನು"

ಫೇಸ್‌ಬುಕ್ ಆಚೆಗಿನ ನಿಜವಾದ ಲೋಕವನ್ನು ತೋರಿಸಿಕೊಟ್ಟ ನನ್ನ ಅಜ್ಜನಿಗೆ ಇದನ್ನು ಡೆಡಿಕೇಟ್ ಮಾಡುತ್ತೇನೆ" ಎಂಬ ಮೆಸೇಜ್ ಕೂಡ ಅದರಡಿ ಇತ್ತು.